BÓNG TỐI DIỆU KỲ
THƠ
TÁC PHẨM & DƯ LUẬN

BÓNG TỐI DIỆU KỲ

Thơ **Hoàng Vũ Thuật**
Bìa: Uyên Nguyên Trần Triết
Phụ bản: Tranh họa sĩ Khánh Trường
Trình bày: Nguyễn Thành
Nhân Ảnh Xuất bản **2020**
ISBN: 9781989705186
Copyright © 2020 by Hoang Vu Thuat

HOÀNG VŨ THUẬT

BÓNG TỐI DIỆU KỲ

Thơ
TÁC PHẨM & DƯ LUẬN

**NHÀ XUẤT BẢN
NHÂN ẢNH**
2020

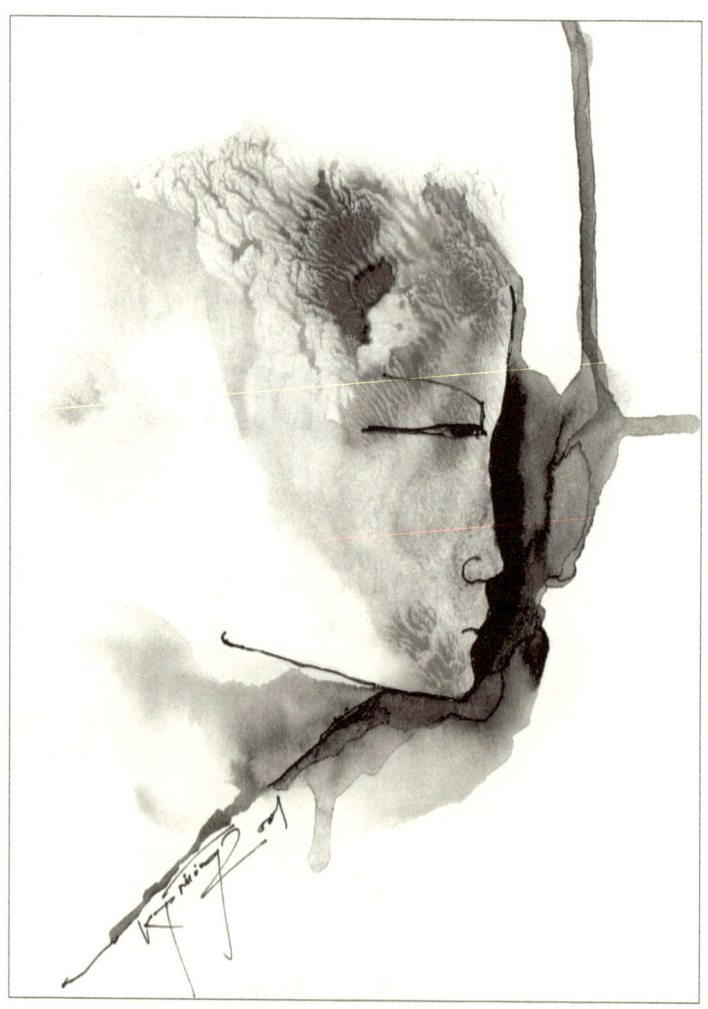

(Tranh họa sĩ Khánh Trường)

Phần thứ nhất
TÁC PHẨM

NÉT HOA VĂN MANG HÌNH NGỌN LỬA

mái đền cong ngọn sóng màu nâu
khỏa lên khoảng trời xanh ngút ngát
một ngọn lửa không bao giờ tắt
tôi sờ lên nóng ấm bàn tay
gió qua đây và nắng qua đây
mưa từng giọt rơi mòn bậc đá

im lặng trước cỏ cây
im lặng trước cuộc đời
tôi đến soi mình trong ánh lửa
lửa nói gì ngọn lửa quý yêu ơi
nhịp sống đồng trầm hùng vang vọng xa xôi
cho tôi sống với bình minh đất nước

trời hãy còn tròn
đất hãy còn vuông
nắng ngỡ vàng hơn
và mưa nặng hạt
chim Lạc bay xanh thắm cửa rừng

ẩn trong cây nứa cây mây cây đùng đình bóng rợp
hình hài ngọn lửa
giữa mịt mùng hoang dã
bỗng sáng lên chói lọi mặt trời
lửa cháy trong tim khắc lên ngực con người
ngọn lửa biến thành của cải
nghe náo nức những mùa gặt hái
đêm Thậm Thình chày nhịp bốn nhịp ba
cậu út Lang Liêu đốt lửa sáng sân nhà
điếu thuốc rít râm ran chuyện kể
những buổi sáng láng giềng sang xin nhờ chút lửa
hương hồi hương sở đắm say

tôi bồi hồi như được nắm bàn tay
người giữ lửa đi chia từng nhà một
như chia từng hạt giống đầu tiên
tôi sưởi lòng bên ngọn lửa thiêng liêng
sáng trên vạn cọc Bạch Đằng chống giặc
hồn tôi hòa với cỏ cây hòa cùng trời đất
mẻ thép ra lò ráp thô
hoa phượng sân trường áo đỏ
mỗi viên đá biên cương
mỗi ngọn sóng sông Hồng
mang sắc màu của lửa

những nét khắc đơn sơ
lửa nói với tôi những lời dân dã
người giữ lửa ra đi bao giờ
từ mái đền lửa sáng tận cùng đất nước

Đền Hùng, tháng 7-1977

NHỮNG VÌ SAO DỊU MÁT

những lá cọ bên đường quệt vào tay ta
kỷ niệm ấy xa rồi không nhớ nữa
em se sẽ nhắc câu thơ cũ
câu thơ về một thời tuổi thơ
sau lời em khoảng cách vô tư
trời thăm thẳm thắp lên ngàn tinh tú
đất thăm thẳm thắp lên ngàn lá cọ
vì sao chợt rạch bầu trời
như câu thơ thế thôi
em khẽ nhắc để rồi không nhớ nữa
ai nhớ hết bao la tinh tú
sáng giữa trời bao la

những lá cọ vô tình quệt vào tay ta
những lá cọ như bàn tay dịu mát
vì sao băng sẽ tắt
câu thơ ấy lại về
như anh lại về
trong bài hát ngày mai em hát
giữa cuộc đời chân thật
sáng một vì - sao - em
như bàn tay em
vợi bớt lòng anh se xiết
câu thơ cũ hồn nhiên em làm sao nhớ được
rồi mai em sẽ quên

rồi mai cái khoảng cách lặng yên
sống với anh tràn trề sinh lực
rồi mai
bàn tay như lá cọ dịu dàng
lá cọ như ngôi sao xanh lấp láy
thầm nhắc về câu thơ thuở ấy
câu thơ day dứt một thời
có thể đàn chim bay về
hót ríu ran trước ngõ
có thể và rất nhiều điều có thể
mà anh chỉ một điều tin
con đường sẽ nở thêm ngàn lá cọ xanh
đêm rực rỡ nở ngàn sao dịu mát.

Mỹ Thủy, 01-01-1979

CÂY NHẠC NGỰA

giữa thành phố hồn nhiên yên ả
hàng cây như đàn ngựa nghỉ chân
lá chạm vào nhau thoáng tiếng chuông ngân
rời vắng lặng mà mơ hồ gió nổi

dấu ngựa xe suốt bốn mươi thế kỷ
thành đầm ao gò bãi xóm làng
nhạc ngựa thành cây dồn dập giữa thời gian
qua ải Bắc đèo Nam
qua Trường Sơn nắng mưa dằng dặc
anh thành người con trai suốt đời đánh giặc
em chẳng là ai
em chỉ là...em
cỏ xanh đến bình yên
cỏ vô tận cho lòng anh rong ruổi

hàng nhạc ngựa như đàn ngựa chờ anh bên suối
đất nước những cuộc chia ly kéo đến bất thường
cửa sổ mở ra gặp một mùi hương
gặp bầu trời màu mây biên giới
thu chợt đến mùa thu chờ đợi
trang sách đọc dở dang để lại trên bàn
tiếng nhạc ngựa lanh canh ngoài phố
mai xa rồi em nhớ anh không

trăng lại tròn vầng trăng biên cương
ngựa tung bờm trắng thảo nguyên gió
thành phố chỉ còn con đường yên ả
còn hàng cây trò chuyện với hàng cây
còn dòng Hương như tà áo em bay
ngựa rong ruổi còn đây tiếng nhạc.

1980

ĐỌC TRÊN VỎ BAO THUỐC LÁ
(Tặng Hồng Nhu)

những vỏ bao thuốc lá trên bàn
như xác ve đốt lửa mùa qua
tôi tìm thấy điều gì không rõ lắm
có thể nỗi buồn trơ trọi
những đêm trắng vắt ngang sợi tóc xanh
dự định bỏ quen
thành và bại sau một đời lao lực

xếp những vỏ bao thuốc lá lên nhau
như người ta xây nhà xếp gạch
tôi thử sắp lại ý nghĩ của mình
quanh cái gạt tàn
mấy đầu thuốc cháy dở
tháng ngày thả lửng nhạt thênh

sao lúc nào cũng chạm tới âm thầm
thảng thốt tiếng tàu cau rơi ngoài ngõ
những cơn mưa xa nhà
sương bồng bềnh phố xá
tôi có người con gái để nhớ

còn bao nhiêu điều khác nữa
tôi nhặt lên rồi để rơi
nhiều khi tôi thấy mình là vỏ bao thuốc lá
trống rỗng
muốn vò nát ném đi thật xa.

(Tranh họa sĩ Khánh Trường)

CÂY DỪA TRÊN MŨI ĐẤT CỬA TÙNG

những hàng cây cùng thời đã ra đi
chỉ một mình cây dừng lại đó
trên mõm đất nhoài ra biển cả
những hàng cây cùng thời đã ra đi
tôi chợt nghe tiếng sóng thầm thì
sóng nói thế ngày này qua ngày khác
áp bàn tay lên thân cây
tôi cảm thấy tay mình bỏng rát
vết bom sâu không lành được nữa rồi
câu trả lời dừa nói với tôi

những hàng cây cùng thời đã ra đi
chỉ một mình cây dừng lại đó
bao bóng mát chìm trong đất đá
những hàng cây cùng thời đã ra đi
tôi chợt nghe tiếng gió thầm thì
gió nói thế chiều này qua chiều khác
màu lá xanh cứ đầy lên rưng rức
tôi cúi xuống sờ tay lên đất
ôi màu đất đỏ tươi
câu trả lời đất nói với tôi

những hàng cây cùng thời đã ra đi
chỉ riêng mình cây đứng đợi
mưa nắng tràn qua
tràn qua bão nổi
bao lứa đôi ngồi dưới gốc cây này
tàu dừa che mát rượi vòng tay
những người dân chài đi biển
họ đứng trên mũi thuyền
cái thế cây dừa
trên mõm đất nhoài ra biển.

23-5-1982

THÁP NGHIÊNG

1.
tôi bàng hoàng trước ngôi tháp cổ nghiêng
như gốc cây từ lâu vươn về ánh sáng
hiện hữu mặc nhiên không thể chối từ
ngôi tháp sống với thế giới riêng của mình
bước chân lịch sử đang đến đi qua rồi lại đến
dấu rêu xanh mảng tường vỡ viên gạch bào mòn gió mưa
vươn về phía con người ngôi tháp
tự tin
hy vọng
tự tin

2.
nhân loại sinh ra bao đời nay đứng trên mặt đất
trái đất quay quanh trục quay nghiêng hai mươi độ năm
giữa triệu triệu thiên hà
vững bền
trường tồn
vững bền
rung chuyển lòng địa cầu những cơn chuyển dạ đớn đau
đi tới hoàn chỉnh mình
hết Nhật Bản qua Ấn Độ, Mê Hi Cô rồi Nhật Bản
ngôi tháp cổ đứng đó
cột mốc thời gian

3.
chiều nay em quay nghiêng làm chi
cái dáng ngôi tháp cổ
mái tóc hay vầng mây quá khứ nghìn xưa không tuổi lại
bay về
tôi đã quên mình thu mình từ lâu giống con ốc sên
trong rừng hoang mệt mỏi
không muốn sống kiếp người trầm luân xô đẩy
tôi cạn kiệt cơn mê
cạn kiệt những giấc mơ cạn kiệt
đời chật hệt căn nhà bề bộn trăm thứ tiện nghi
tôi tự ném mình qua cửa sổ
quả chanh vắt
khô

4.
bao nhiêu ngôi tháp nghiêng làm nên kỳ vĩ
thách thức mọi chế ngự quanh mình
trút bỏ muôn sự vướng bận của bảy chiều không gian
huyền tưởng
mặc gió ngoài kia ào ạt thổi
lá rơi chồng lên lá rơi
những số kiếp chồng lên nhau điệp khúc luân hồi
mặc giá rét đột ngột trở về giữa mùa xuân đầu tiên thiên
niên kỷ
những ngôi tháp
nâng dậy
đời
tôi.

9-02-2001

NHỮNG HÒN BI TRẺ THƠ

*[Tặng chị Christina Noble (Ái Nhĩ Lan)
tình nguyện sang Việt Nam chăm sóc trẻ mồ côi tàn tật.]*

không biết sinh ra từ đâu
những em bé mồ côi tàn tật
những con người đi bằng tay
những con người nói bằng mắt
những con người nghe bằng chân

lang thang cùng ngày lang thang cùng đêm
lang thang như mây lang thang như gió
tan trong ban mai đột ngột hiện ban chiều
vùi quên mùa đông phơi ngoài mùa hạ
những em bé sinh ra từ đâu

trái đất - hòn bi lấp lánh sắc màu
là của em em ơi hết thảy
hãy giấu trong ngực mình
hãy cất vào túi áo
hòn bi lăn bốn mùa tuổi thơ

hòn bi lăn
bàn chân đứng thẩn thờ
hòn bi lăn
đôi mắt nào nhìn thấy
hòn bi lăn
bàn tay không thể lấy
Lăn bơ vơ trên cỏ biếc xanh trời

trái đất cô đơn trái đất rã rời
trái đất mù lòa trái đất tàn tật
còn bao nhiêu trẻ em không cất bước
trên đôi chân của chính mình đây

Sài Gòn, 24-12-1991

NGƯỜI ẤY

hình như người ấy vừa đi qua
trong đời tôi một lần như thế
hay là người ấy không có thật bao giờ
tôi gọi nào chẳng thấy

ánh sáng chiều ngày ấy trên thềm
còn nguyên dấu chân in
không gian hình trái tim
rung hoài giọng nói

như những đốm sao đêm hè
đôi mắt người ấy thường nhìn lên long lanh
tôi bối rối khi lòng mình bị trói
và chết đi
để được hồi sinh sau muôn nỗi

những bài hát trữ tình thôi ngoái lại
tôi sống với câu thơ
thay nỗi đợi chờ
viết mà không khi nào người ấy đọc

ngày tiếp ngày trôi đi khó nhọc
mùa đông chầm chậm bước lên thềm
tôi thổi tắt ngọn đèn
giấu mình trong gió bấc

tôi một mình
một mình
một mình
người ấy vẫn đi qua cuộc đời tôi lặng lẽ
như không có thật bao giờ.

SỐ MỘT

anh đứng yên
khi em quay gót
căn phòng giống chiếc lồng
cánh áo màu vàng - đám mây lạ phương bắc
vương ngoài kia trên tóc diệp liễu
buồn

còn gì nữa không
khi tất cả đều số một
ngôi nhà
lối mòn
bờ giếng
con mèo hoang ngái ngủ
không thể nhân thành đôi

mưa rơi từng
hạt một
giông thảng thốt từng
cơn
anh biết trái tim mình
chật hẹp
giữ sao nổi hình em

qua Nguyên Tiêu một ngày
vòng luân hồi không hề ngưng lại
cuộc sống sáo mòn
phát ngấy
rút từng giọt máu âm thầm

vùi đầu mệt mề công việc
anh là lũ mọt
không hơn
thôi thì ném ra ngoài hết sạch
ném tất
trừ
nụ hôn.

TÌNH YÊU

Em ở lại trong ta
những viên gạch nâng ngôi nhà
thiếu em đời ta suy sụp
dù cơn lốc nhỏ
ta yêu em vì ta không lý giải nổi
tình yêu là gì

tình yêu là gì
nhiều khi ta tự hỏi
có phải sợi dây ấy chăng
sợi dây ta buộc ngày đầu gặp nhau
mảnh mai vô tư như cỏ chỉ

ta tin sức mạnh sáng trong
mạnh và cao hơn tất cả
mọi cấu trúc xếp sắp đơm đặt ở đời
chỉ là trò ảo thuật
trái tim gõ nhịp tự nhiên
trong thế giới tự nhiên ta kiếm tìm
xứ sở trái tim là thiên chức
tình yêu là muôn thuở
ta đi tới cõi đích thực vô giá
mà không mưu đồ mà không nuối tiếc
mà không xót xa

tình yêu
có phải nỗi ưu phiền em hằng nhận lãnh nơi ta
dưới nắng trưa khi em bỏ đi
bóng ta đè lên gạch vỡ
cho tới ngày có thể trái đất bùng nổ
tình yêu kết lại những thiên hà.

CUỘC CỜ
(Gửi N)

em điềm nhiên đến lạ lùng trước bàn cờ đen trắng
tiến rồi lùi lùi rồi tiến
thành bại sắp sẵn ấn xuống hoặc bật tới trời cao
tựa như Đấng Sáng Lập
trong bàn tay em những quân cờ vô tri bỗng thành cơn lốc
sấp và ngửa rủi và may tất cả bày đặt trớ trêu
số phận chảy từng dòng từng dòng
tan hợp hợp tan vô chung vô thủy

hàng nghìn năm nhân loại mỗi người một quân cờ vô định
đường lạc đà hun hút bão cát xô lệch mặt người
kẻ đào huyệt tự chôn mình dưới chân Kim Tự Tháp
bầy chó sói nơi cánh đồng hoang rú rỗng đêm thâu
người gieo vãi gom nhặt hạt mạch thơm bên dòng sông Nin chảy xiết
xích sắt mòn cổ chân nô lệ da đen
vó ngựa Vạn Lý Trường Thành lốc cốc tiếng ống xương va vỡ khô khan
cuộc cờ âm thầm hết về nam lên bắc
lên bắc lại về nam

lòng ta chùng cánh võng sương khuya đẫm ướt
em vẫn điềm nhiên đến lạ lùng như trái đất
hạt bụi nào đúc nên em ban cho em trái tim rung tiếng
chuông đồng vọng chiều xa
hạt bụi nào đúc nên ta trọn cõi phiêu diêu quên tháng quên năm
rồi một mai nhật thêm sáng nguyệt thêm trong mà cuộc người đã tan kiếp người đã tận
rồi một mai đời thả rơi ta dọc đường những tờ giấy mỏng
trước bàn cờ đen trắng
có có không không.

2-3-2001

TỰ DO

tự do như chữ viết có mắt có chân
bay lên xuyên tường rào xuyên núi xuyên đất
đến và đi không biên giới

tự do vang trong ngôi nhà ấm áp tiếng cười trẻ thơ
nước từ chỗ cao xuống thấp
khát cần uống đói cần ăn

lá hút ánh sáng nhựa chuyền lên cây
hiển nhiên khí trời
môi soi vào môi tóc soi vào tóc

là giọt máu của anh và tôi
là bóng từ bi hiện ra khuya khoắt
là vòng tay người yêu dấu

chữ có khi thay
nước có ngày cạn
máu có lúc khô

tự do thông điệp của mọi thông điệp
giản dị chân thành cuộc gặp không định trước
người nằm xuống tự do đứng lên.

19/5/2011

ĐỌC KAFKA
(Tặng Trương Đăng Dung)

... *Tôi không phải là thế giới*
- VBela -

trốn chạy thế giới nghiệt ngã
câm lặng nấm mồ chật hẹp
dưới vực thẳm tình yêu
em trao hết anh tất cả thuần khiết
mà thế gian gạt bỏ

chết miền phục sinh
phôi thai từ thế giới khác
em gọi thế -giới - trời- ban-cho
không có hạnh phúc giống nhau
không có cay đắng giống nhau
gương mặt anh và em hai nửa trái đất hợp lại

đơn lẻ cơn đau đến mức không hiểu nổi
ai sinh ra ta và ta sinh ra ai
chỉ tiếng khóc vỡ òa tồn tại
đứa bé
rời bụng mẹ bước ra ngoài

như chiếc lá khan buồn mất ngủ
trên nhành cây cạn kiệt thân hình
ta ngù ngờ u mê ương dại
thế giới là ai
và ta nữa là ai.

17/5/2005

HOA VỠ

cô lặng
ly cà phê
anh nuốt từng giây nặng trĩu
bình minh
tới lúc ngả bóng

bông hoa vỡ ngàn cánh máu
rỏ xuống lót ổ câu thơ
bào thai thiên thần

sao không được làm sao đổi ngôi
đốt cháy đêm đông đặc
sao không cuộn tròn hạt nước
chìm vào thâm u
sao không được làm đá sỏi
rơi theo nhau nát vụn cùng nhau

anh cúi mặt
nuốt từng giây
bằng tuổi anh và em cộng lại

chỉ thấy lá là xanh
chỉ thấy cát là trắng
chỉ thấy dáng em co ro cơn rét mùa hè
chỉ thấy môi em gọi không thành tiếng

cô lặng ly cà phê nguyên thủy
mây mang thiên thần bay lên.

Ba Đồn, 31/5/2005

LỖ THỦNG

song cửa sinh từ bộ xương mặt trời
ở đấy anh treo lên bức phù điêu rễ cây
lỗ thủng nơi ngực trái
vết thương của rạng đông

ánh sáng đỏ ối xuyên qua
máu
không ngừng chảy

anh đứng lặng hàng giờ
chìm trong màn khói thuốc trắng dã
vết sẹo lịch sử
chẳng thể liền

những xác ướp trong bảo tàng
mắc nợ
người chết không sống lại
dù đến nghìn năm sau

mặt trời cuối cùng
như những chiếc xương sườn
biến
vào đêm đen họng súng

5/6/2011

PHÁC THẢO

ở lại trong ngôi nhà cái bóng
những cột kèo di theo ánh ngày
cánh cửa mở
rồi khép

chiếc bàn gỗ mốc meo
bông hoa cánh rã
gương mặt dán lên vách thản nhiên
như đã thản nhiên năm trước

chẳng mới hơn
chẳng thể cũ đi
những cái bóng luân hồi giờ này sang giờ khác
hệt con cù quay chậm chạp
gió
câm lặng
chủ nhân ngôi nhà

đêm
hằng đêm
những con mèo rượt đuổi
sau cuộc phồn linh không bờ bến
lật đổ những gì chưa lật đổ
trên vách tường đôi mắt vẫn thản nhiên
như đã thản nhiên
năm trước.

22/6/2003

BA GIỜ CHIỀU THÁNG GIÊNG NGÀY MƯỜI

thõng mười chiếc rễ vào cát
mười chiếc lá hé mở mỏ chim non
ba giờ chiều tháng giêng
ngày mười

sự sống chìm sâu tảng đá
bất động triệu năm
quanh tảng đá những bông trinh hương biến mất
rồi bật dậy
như khi chưa tảng đá

sông bắt đầu chảy qua huyết quản
mặt trời mọc nơi đáy ngực
rừng cổ điển lót thảm đáy lưng
biển cuộn mình vỏ ốc

ba giờ chiều tháng giêng
ngày mười.

2004

BỨC TƯỜNG I
(Tặng Hoàng Mạnh Đức)

nàng bên kia bức tường
không khe hở
biệt lập gió
nàng không nói sao anh nghe
âm thanh hoang sơ miền hoa ban trắng
nàng im lặng sao anh chìm trong hơi thở
phập phồng
thác dội

hằng ngày anh xuyên tường
chân không bén đất
anh đi
đầu không chạm trần
anh đi
vùi vào góc tường bàn tay rắn biển
nụ hôn ngấn sóng gò cát trắng hồng
bức tường rã tan đá lạnh

hằng ngày hằng ngày hằng ngày
người con gái khói sương
chàng trai lưỡi gươm chớp sáng cơn dông mùa hạ
ghép thành bức tranh cổ
và bài thơ không đề.

15/5/2004

BỨC TƯỜNG 2

bức tường vòng tay ôm bốn mặt
bức tường lửa
bức tường nước
bức tường rêu

cầm tù anh từ hạ sang đông

ngoài bức tường gió mây rong ruổi
ngoài bức tường ve rũ xác gọi hè
ngoài bức tường mưa mài kiếm sắc

xuyên tường anh đi mộng du vô hình
cõng theo chiếc bóng cõng theo người tình
đêm về nằm mơ giấc mơ thác đổ

tỉnh ra bên tường một chùm hoa sữa
tình yêu thác đổ xuyên tường anh đi

16/5/2004

ẢO GIÁC

chiếc lá chớp dòng sông
ngôi sao khỏa trần trận mưa linh thánh

khoác vai hiện đại tấm áo vỏ cây
đôi mắt hoang người đàn bà xuyên cửa

cát sóng soài hôn lên bàn chân
từng tảng khói đè xuống chiều chín mẩy

người đàn ông đi lùi.

31/12/2004

HOẠ SĨ TRONG CÔNG VIÊN KUNTURA (*)

mười lăm phút gương mặt hiện ra
Á Úc Mỹ da đen da trắng
không giống nhau
nhưng không hề khác
trên trang giấy phẳng phiu tuyết trắng
mười lăm phút gương mặt hiện ra

mười lăm phút vòng quanh năm châu lục
Trung Hoa Đan Mạch Thái Bình Dương
thế giới hiền hoà yên ả
hoạ sĩ nheo mắt bên gốc phong sũng nước
nhát cắt gạch chéo sắp đặt
trái tim hiện ra phút thứ mười lăm

mười lăm phút dư thừa đói nghèo khôn dại
chiếc gương phản chiếu hành tinh
trẻ và già gái và trai hiền và dữ
tóc nâu tóc vàng tóc xanh
cuối mùa thu rừng phong trút lá
trơ trọi mình hoạ sĩ giữa khung đêm.

Mátxcova, 30/6/2006

(*) Kuntura: Tiếng Nga có nghĩa là văn hoá.

VIẾT DƯỚI TƯỢNG EXÊNHIN
(Tặng TS. Nguyễn Huy Tuấn)

hai người đàn ông thổi kèn
vừa thổi vừa nhảy
ngôn thanh tám mươi năm trước
vòng người
cuộn thắt

ngực áo tháo tung
Exênhin đứng mà đang chạy
dòng chữ bị săn
đuổi

thơ làm được gì
thế kỉ của những thế kỉ
lốc xoáy ngang đầu
lớp lớp phế hưng gối chồng
nơi bức tường dày một mét

mắt Exênhin đẫm nước
đôi mắt người đang yêu
rừng mọc dưới bờ mi
phập phồng hoa bồ công anh
phập phồng nụ hôn mãn nguyện

trang sách thở trên đá

nhưng sợi dây vẫn chờ lơ lửng
quanh cổ
nhà thơ
thít dần
thít dần chầm chậm

tiếng kèn vỡ vụn
máu trào sau nụ hôn

Matxcova, 13 / 7 / 2006

Nhà thơ Nga (1895-1925)

NGƯỜI DIGAN

người Digan không buồn
chỉ biết hát
nhiệt cuồng và mê loạn
chiếc lưỡi đỏ bốc khói bầm môi

người Digan không đau
chỉ biết múa
vũ điệu ngả nghiêng phố xá
rạch túi làm xiếc diễn tuồng

người Digan không khóc
chỉ biết cười
chào mời đổi chác
giơ tay xin giơ tay vẫy mặt trời

người Digan không mệt
quấn trong tấm chăn khẳn mặn mồ hôi
quần thảo đêm đêm hạnh phúc
nối dài dòng người mải miết

người Digan bị đánh cắp mọi thứ
chỉ còn trái đất thênh thênh
ngôi nhà không mái
trái đất Digan.

Mátxcơva, 3/7/2006

CÁI CHẾT

cái chết được thử nghiệm
I rắc
giờ thì Li Băng
máu xoáy sẹo đen lòng biển
những ngày thảm khốc tôi vùi chân bên dòng Nêva

chẳng đủ để răn dạy kẻ khác
cuộn tròn mình lo lấy thân xác hơn chăng
ngày anh tôi không về
tôi đứa trẻ chỉ biết hát

thác máu dát đỏ cung điện Mùa Đông
máu chảy trên hè phố tôi qua
trước khải hoàn môn tốp lính kín mặt vành băng trắng

a men
a di đà
tôi giật lùi và chắp tay lên ngực

nhân loại kéo nhau đi về phía bỏng rộp
đủ kiểu
bằng đầu bằng tim bằng tay
như anh tôi như chú tôi
như thời Pi e đệ nhất
chẳng ai nhận biết bước chân mình

cái chết cao hơn mọi thứ
có thể tin hay không.

10/8/2006

ĐIỀU ẤY CÓ Ý NGHĨA GÌ

sáng nào tôi cũng quỳ trước đoá bồ công anh
điều ấy có ý nghĩa gì
nắng hoàn trả màu vàng kiêu hãnh
mấy con châu chấu tí tách đôi càng khô
đá vào thân lá non mới nhú

tôi buộc tôi vào góc phố
sáu mươi ngày bông lông chui qua ngón tay mồ côi
muốn dứt khỏi bàn
còn mọc lại như loài châu chấu
điều ấy có ý nghĩa gì

thế giới ngủ sớm dậy muộn
mình vuông mộ Lép Tônxtôi tỉnh thức
cỗ xe ngựa đóng sẵn cho cuộc viễn du
ngược miền phù phiếm
điều ấy có ý nghĩa gì

nghẹt thở vì xe cộ
vì mỗi tháp chuông nhà thờ nối với một ngôi sao
vì chú lạc đà trong công viên bỏ quên sa mạc
vì đôi chân trần bạch dương quyến rũ
điều ấy có ý nghĩa gì

tôi thường đếm từng nấc cầu thang xuống lên
đếm tiếng trái tim khuya
dấu vết thương vừa ủ
cổ lỗ tên hề
điều ấy có ý nghĩa gì?

Matxcova – Phố Tuyết, 2/8/2006

XANH PÊ TÉC BUA

nến cháy trong cung điện Mùa Đông
thời nến cháy
tôi tắm ánh sáng ba trăm năm lẻ
lùng săn dấu xưa như lùng tìm cổ vật
triệu tảng đá đóng băng vuông vắn chảy về
ngạo nghễ pháo đài Pêtrô Páplốp

chiếc mũ người xà ích trùm kín lọn tóc nâu
gương mặt tuy líp
con đường dấu ngã
con đường dấu hỏi
con đường không dấu
lốc cốc vó ngựa đổ vào đêm

Xanh Pêtécbua quả chuông
cộng hưởng
giọng vàng
rung trên vòm mộ
trên đường cong thân thể
trên ngực thần tình yêu
trên thác gió

Nêva kim đồng hồ nước chẻ đôi
nửa ngược dòng quá khứ
nơi chiếc mỏ neo kéo biển về rừng
nửa khởi nguyên con tàu
chui ra từ chiếc cầu mở

Xanh Pêtécbua ổ bánh mì đen
tôi cầm lên cánh đồng mạch thơm

11/8/2006

HOÀNG AN

ngắn sóng vòng tay biển để lại trên vai
để lại bóng hình thanh tân của gió
vụt hiện tan chảy mất hút

trải dài chữ S bãi cát Hoàng An

chẳng thể bắt níu những sợi tóc vào mùa
không người tuốt chải gặt hái
anh cắt dán cánh đồng lên thân thể em
điều phối cơn mưa
vá víu vết thương cuối hạ

xứ sở hiếm mặt trời
chỉ thấy nụ cười kéo anh qua ngã tư đường
ánh nắng ló từ khuôn ngực
từ âm thanh tiếng Việt đa sắc
từ vầng trán đóng đinh bật máu môi anh

đó là ảo ảnh phía sau hiện thực

giờ thì anh trồng thêm gốc cây
thuộc loài bạch dương chờ đông sang phủ tuyết
nào có gì ổn định

rồi con sóng tiếp tục xô đổ anh
lúc anh là cát
những con sóng siêu hình lau sạch gương mặt cũ
như chén rượu đêm ấy
chặng cuối.

12/8/2006

ĐÊM XUÂN SÁCH

li rượu nồng chảy qua
đêm lạnh
con thuyền neo hai bờ sông mắt
những câu thơ phía bên kia tường
vọng tới mái ngói đã ngủ

phố hệt người đàn bà
im lìm giữa cát và sóng
câu thơ cơn gió chướng
phập phồng vạt áo tơ

một đời đi và đến
xòe bàn tay ngây ngô
ngày tháng cứ khép hờ
cứ khép hờ quên nhớ

rồi nắng rồi mưa xoay tít tận bây giờ.

2006

MÀU

mắt trân trân ngó lên trần nhà
trần nhà màu đen
con thằn lằn tặc lưỡi ba tiếng

tôi quay sang trái
đen và đen và đen
tôi quay sang phải
đen và đen và đen

tấm ra trải giường điệp điệp
không màu

còn tôi
màu gì

con thằn lằn bò quanh chờ điều gì đấy.

10/1/2007

THẾ GIỚI VÀ TÔI

tôi đứng lên bằng cánh tay
đi lại bằng cánh tay
thiếu nó tôi sẽ ngã
thì ra con người có thể dựng ngược mình lên

và tôi cười nửa miệng
nói nửa miệng
âm thanh nghiêng nghiêng
những tiếng đầu đời
theo cách nói người thượng cổ

thì đã sao nào

thế giới còn phải làm lại từ đầu
huống gì một con người
thế giới sắp xếp tưởng đã ngăn nắp quy củ
thế rồi xáo tung lên hết thảy

tôi cũng là thế giới
tự đảo lộn mình
đi đứng nói cười kiểu của mình

làm lại thế giới đã khó
làm lại con người càng khó hơn.

Bệnh viện 268, 11/1/2007

NGƯỜI ĐIÊN

(Tặng Hoàng Hưng)

có thật ông đấy không
vừa đi vừa đếm bước
những bước trầm trên trảng cát
một bước lên lại một bước lùi về

sóng ôm từng dấu chân
từng dấu chân đứng yên
biển hoang dựng bốn bức tường
màu bồ hóng

có thật ông đấy không
tóc san hô rờn rợn trắng
bao năm vùi thân nơi mặt sàn
cái mùi người không phai

trăng bồ liễu
trăng như cỗ quan tài thủy táng
thả trôi một kiếp người
có thật là ông đấy không.

Đêm, 10/4/2001

BÓNG TỐI DIỆU KỲ

Phô bày trước ánh sáng, khoả thân đêm tân hôn. Những đường cong Raphaen tuyệt trần. Đôi vú lập thể. Quấn trên đầu chiếc khăn nâu mùa đông Á châu. Đôi bàn tay vệ nữ hồng hoang đào xới ngày bất tận

Người đàn bà gói vào bao mẩu bánh mì thiu, chút sữa đóng khô trong hộp nhựa, túm giẻ lau nhà, manh chiếu hoa rách nát, những thứ quý nhất người đàn bà chưa bao giờ nhìn thấy

Người đàn bà khoác bao qua vai, vừa đi vừa nghĩ: Ta giàu có, thiên đường trên vai ta, hạnh phúc trên vai ta, của cải trên vai ta

Người đàn bà vừa đi vừa hát. Bài hát ru ngày xưa. Đứa con gái lớn lên theo bài hát. Người đàn ông từng ôm chặt đường cong Raphaen, ôm chặt câu dân ca gió nắng miền Trung

Người đàn bà vừa đi vừa múa. Vũ điệu chèo tuồng, như cô gái Zigan băng qua phố phường tháng bảy. Điệu múa làm run các thớ thịt, đôi vú lập thể. Run đôi môi người đàn ông xưa

Người đàn bà vừa đi vừa khóc. Nước mắt đợi chờ. Nước mắt dâng hiến. Những dòng chảy vô thức trên ngực, dòng sông bất hạnh khôn nguôi xuôi về biển

Lũ trẻ sau lưng người đàn bà- vệt sao chổi xanh. Những đứa trẻ vô tư, hồn nhiên như người đàn bà hai mươi năm trước theo mẹ ra sông mùa nước bạc.

Những đứa trẻ như đứa con gái lớn cùng bài hát ru, tóc hun, áo rêu biển. Những đứa trẻ ùa ra sau tiếng trống tan trường. Những đứa trẻ cầm ngược sách đọc không thành tiếng

Chỉ có đêm xoá đi tất cả. Bóng tối diệu kỳ làm sao.

Cộn, 7/199

Ý NGHĨ VỤT HIỆN

1.
đi trọn một ngày vẫn không
ra khỏi miền nhỏ bé
nhan nhản bảng hiệu
nhà hát quán chợ tiệm thuốc vỉa hè
huyền ảo uốn cong hiện thực
nhịp cầu tượng trưng gãy vụn
ẩn dụ giữa rừng khô
héo

thì cứ phát quang muộn phiền khổ đau
sẽ hiển lộ trời xanh biến thể

2.
đi trọn một năm vẫn không
ra khỏi vùng ám tượng
lưỡi hái thần chết
đốn ngã linh hồn
đố kỵ mờ xa gương mặt
chữ nghĩa đánh bóng mạ kền
bày bán cùng
hoa

thử bóc từng cánh áo
đến tận ruột mà xác xơ hương

3.
đi trọn một đời vẫn không
ra khỏi cuộc tranh giật
nghìn cánh tay giơ cao
biểu quyết
không biết nữa cái gì xảy ra
ý tưởng chắp nối lạc vần
rung trên sợi dây mặc cảm
lửa

khởi nguyên
bài thơ thoát xác.

28/5/2007

NGÀY VỀ
(Tặng bạn Lê Xuân Đố)

sau bão tố anh nhặt
lên ván sạp dây neo mái chèo
mẩu xương cá cuối cùng
di hài con thuyền sót lại
và những mảnh biển trong mắt
mặn muối

bổn phận đời anh
cất giữ

mang vác trên vai
đường trần lầm lũi
trí tưởng tượng không ghép nổi con thuyền
tiếng nói không băng bó được vết thương
món nợ trăm năm chồng cao gò cát
tất cả đều thoát vị

cơ thể rã rời con thuyền

ngày về
xe nước mắt từng sợi
từng sợi
anh ngồi khâu biển xưa.

Đồng Hới, 5/5/2007

LĂNG TẨM

nằm dưới kia
một ông vua một hoàng hậu một người hầu
một thanh gươm một tuấn mã một mê nón
một lệnh truyền một trống giục một lời van

nằm dưới kia
một hộp sọ một ống xương chân một đốt lóng tay
một trung thực một đớn hèn một điên loạn
một ngọn lửa một đêm tối một chiều tà
một vận hạn một thức thời một nguyền rủa

nằm dưới kia
tất cả dưới kia
không tan chảy không đông đặc không biến hoá
không lắng xuống không đầy lên
hợp duyềnh bể máu

trầm mặc thành quách
câm lặng
lên tiếng
câm lặng
bên ngách tường
xoáy
chùm hoa mần trầu.

23/4/2008

VÔ THỨC

tôi có một ngày không để làm gì
ngày nằm ngoài lốc lịch
không thấy ngôi nhà tôi ở
cuốn sách cầm tay

một ngày không để làm gì
ra phố tuyệt nhiên chẳng gặp ai
thiếu những vuông cửa ngày ngày thường lui tới
những bảng hiệu mùi thơm quầy bánh sinh nhật
rừng áo trắng bím tóc ríu rít sân trường

một ngày bặt tiếng xe cộ tiếng chửi bới mặc cả
một ngày quán cà phê Nghệ Sĩ im phắc khúc hát Diễm Xưa
chiếc ghế em ngồi mơ hồ lá rụng
không ai đọc bản tin cuối tuần
nghe diễn giải nơi quảng trường phòng họp

một ngày trống những đám mây mất hút cánh chim
mặt trời tan vào khoảng không vô cảm
dưới chân cũng có thể là đất cũng có thể là nước
xác máu vỡ tung cuối mùa hoa
không ngã bảy ngã ba ngăn dòng người lướt tới

thử đập tay lên trán
trán tôi bức tường tảng đá tấm gỗ mục
nó không là nó
hét thật to vô ích
âm thanh vừa bật ra khỏi miệng lưỡi đã bị nuốt chửng

tôi có một ngày không để làm gì.

24/10/2004

CHÂN DUNG
(Nhớ Xuân Sách)

hiện ra trên trang giấy những gương mặt
ông đã vẽ trang trọng và
mực thước
chằng chịt đường gân thớ thịt căng phồng
lửa đèn tắt sáng nụ cười trên môi
thời sủng ái

cái thời
trên gương mặt ấy
cái nhíu mày
đủ cho người ta đi thụt lùi ra cửa

một thời đọc trên gương mặt trang giấy
chữ nghĩa
và những quãng ngắt
làm tắt hơi thở vừa nảy mầm
những vòng tròn cấm kị
vành khăn trắng
trong nghĩa địa ngôn từ

trên trang giấy gương mặt ông vẽ
máu thấm bao cánh hoa
không còn hương sắc
những cánh hoa
bốc cháy
nơi miền đất chết

gương mặt của cõi người
ông
để tang từng số phận.

2009

VÔ CƯ

hãy khoá trái cửa và tan thành khói sương
chợt nhớ cơn mưa bóng mây
đứng lên rồi ngồi xuống
cái thùng người rỗng không
ý nghĩ của bàn chân bước qua gạch vỡ
thỏi hình hài bẹp dí
long lóc
thở

hãy nằm dài ra giường và đắp tấm chăn màu da dưa
mơ giấc mơ áp thấp
tỉnh dậy nửa khuya nghe thầm thì
gió chui khe cửa
phích nước hổn hển
bật nắp
ngồi xuống
rồi đứng lên

vô cư ngập vòng ôm.

4-2008

TRƯA LỆCH PHAI

những hạt nắng trưa hè chợt tím
lấm chấm nhụy hoa
di chuyển trên lề đường tháng sáu

hôm trước ta không đi lối này
anh nhận ra giữa chúng mình niềm vui hẹp lại
giữa hai viên gạch có một rãnh buồn

hôm trước ta không qua đây
tán cây xanh ngỏ cùng anh một thời gian nữa
chưa phải bây giờ

rồi những trưa lệch phai
anh vẫn chờ vệt nắng màu tím
định vị giờ ấy ngày ấy.

28/6/2009

LẬP THỂ

sương cài lên ngực màu thiên thanh
vội vã không từ biệt
cây cứ xanh ngoài lời
trinh bạch vạn năm trước
ngày cứ dài như cây

những buổi chiều lặng lẽ lên men
bức tranh ảm đạm
ai hát se se trong gió
khúc du ca
thăm thẳm tiếng người như tiếng ve

trong trái ổi thơm tho ửng đỏ
cánh chim mơ hồ bay ra
và
cuốn sách bỏ quên
đã tan thành tro bụi.

12/4/2009

HỌA SĨ

xoá đi rồi vẽ lại
nghẹt thở

thêm một nét gầy thêm một nét
chết lặng dưới chân cầu thang

nàng khóc.

17/4/2010

K

mưa đầy lên nửa khuya
đổ thác mái nhà
rét luồn trong ống xương tê dại
đôi cánh tay nhàu
lá héo đan nhau
đừng buồn K ơi
rồi gió sẽ đổi chiều rồi mưa sẽ
ngưng rồi trời sẽ
ấm

liệu chúng mình còn sống được tới hôm sau
bốn bề núi và núi
bốn bề đá và đá
bốn bề suối và suối
sương âm u run rẩy bốn bề

trái đất chật chội thế này ư

chiều qua nắng đỏ rực
đột ngột mùa đông quay lại giữa hè
chạy trốn mãi bao giờ thì thôi không chạy trốn nữa
cõi phật từ bi
sao nỗi cô đơn kéo dài vô tận

biết nói thế nào với K
ba vạn chín nghìn bậc ta chưa hết một nghìn
thôi ngủ đi ngày mai biết đâu rồi khác
ta gõ tiếng chuông cho số kiếp lạc loài
mây trắng chở về miền thiên hư

ngủ đi ngủ đi K
đàn bướm ngoài kia đã ngủ
ngọn nến vàng rũ xuống từ lâu
mặt trời cuộn tròn đêm
trắng.

4/6/2009

DUNG

Anh nhìn thấy con gấu bông bò ra ngoài túi
bàn chân cong cong cầu Thê Húc
đôi mắt miếu thờ

anh nhìn thấy chấm ruồi dưới vành môi niệm khúc
thánh mẫu
những viên gạch vuông vức áo mỏng mở rộng hiên
chùa
gọng kính trắng trên đầu vương miện thần tình ái

cỏ xanh mặt hồ cây xanh trời rộng
anh nhìn thấy đàn cá nuốt bóng dung căng phồng
đang bơi qua mái ngói cổ

sau lưng chiếc mũ sang vầng trăng Ngọc Hà
và đế guốc xoay vũ điệu nghìn năm.

Giỗ Tổ Hùng Vương

NGHIỆM

mấy vạn cánh chim đến được phương ấy
khoảng cách ngày và đêm
đủ nhận biết vũ trụ

mấy vạn bước chân đến được miền ấy
khoảng cách tối và sáng
đủ nhận biết thế giới

mấy vạn lời nguyền đến được chốn ấy
khoảng cách bão tố và bình yên
đủ nhận biết nhân gian

mấy vạn hơi thở đến được cõi ấy
khoảng cách yêu và giận
đủ nhận biết mình

23/4/2010

ANH ĐỢI

trên đồng cỏ mượt mà loài dế nỉ non bài hát tuổi thơ
về một thế giới xanh bất tận
trên cát bỏng xương rồng khô khan tua tủa gai nhọn
chọc thủng trời sâu
trên sóng bạc đầu truyền kiếp hải âu sải cánh
dệt miền huyền thủy
trên mây tím thổn thức ngàn năm trôi dạt
không chốn nương thân
trên dư vị hoàng hôn đánh thức chán chường
cây lá
dưới nắng và gió
anh đợi

trên giá đỡ những trang sách mở ra số phận
cay đắng hạnh phúc
chiến tranh hòa bình
trên bả hư danh thừa mứa quyền uy hăm hở
dối lừa
ngông nghênh tăm tối
trên pháp trường lởn vởn hồn oan xơ xác
mong nhìn thấy ánh sáng
trên sương mù bóng mẹ liêu xiêu sớm khuya đi về
quang gánh oằn vai
trên giường chiếu khổ đau bần hàn lam lũ
hết đời này sang đời khác
trên mâm cơm đầu mùa bung nở ríu rít trẻ con
bát đũa lanh canh
anh đợi

trên hứng khởi người tìm bóng tối với những ngôi sao
cuồng chết bên gốc dứa dại
trên nỗi giận hờn cánh cửa đóng sập sau lưng
trừng phạt ghen tuông mù mì
trên trái chín run rẩy cặp môi tình nhân ngọt ngào nước mắt
đoàn tụ
trên cánh bay giấc mơ hoang tưởng và hiện thực
chồng chéo tan chảy
trên tuyệt vọng rơi rơi rơi hun hút chín tầng âm u
anh đợi

đất đợi mưa
hạt đợi mầm
đêm đợi ngày
diều đợi gió củi đợi lửa
đứa bé ngây ngô đợi bụt hiền hiện ra ban phép lạ
anh đợi.

5/3/2009

BÀI THƠ BAN MAI

I.
lặng lẽ đến bên cửa sổ
giọt nước trên cánh lá mỏng tang ánh lên và
rơi xuống
niềm vui
những giọt nước tinh khôi
lọc qua ánh sáng ban mai trái tim trong sạch nhất
lọc ra từ đôi mắt

ôi ban mai
rải mỏng trên tường trên bức tranh cổ điển
trên bức phù điêu
trên tượng người bạn thân
trên mắc áo
dát vàng trên chiếc bàn gỗ tạp cổ xưa
chiếc bàn sáng tạo
trên mặt bàn còn in dấu bàn tay các nhà thơ
tôi xin kể ra
từng người với cuộc đời họ
những người trước tôi những người sau tôi những
người cùng thời
người xuất thân là sinh viên là lính là giáo sư
người ở miền Trung miền cực Bắc
người miền Đông người Đồng Tháp
tôi có thể kể về lối sống sở thích tính tình
người tính nóng người đãng trí quên cả tên người yêu
người cẩn thận người luộm thuộm người hay cười
người mặc cảm chán chường người đa tình số một
người lạc quan phóng khoáng người lặng im

người thông minh người nhẹ dạ người hay buồn
tôi có thể đọc từng bài thơ họ viết
bài thơ hay nhất đến bài thơ lãng quên

tôi ca ngợi
ban mai trái tim sáng tạo
mơ mộng và
yêu thương
chân thật và
huyền ảo

II.
những ngón tay mịn mà búp sen
lật từng trang bản thảo trên bàn
mỏng như tờ giấy trắng tinh
lấp lánh
rất vô hình mà rất hữu hình
từ phương xa giữa muôn ngàn tinh tú
giữa vầng mặt trời trái tim vô biên nóng bỏng
ánh sáng kiêu kỳ thơ mộng
và hiền lành
và dân dã
và tự tin
ánh sáng phát ra từ trái tim
ấm áp chứa chan gần gũi

tôi siết chặt áp vào lồng ngực
nóng hổi
chảy trong tôi bay quanh tôi đậu xuống mái tóc mềm
hai cánh tay đôi ánh sáng
nhịp nhàng
bay lên trong nắng mai

qua cánh rừng ngày qua
trụi lá
qua cánh đồng ngày qua
chằng chịt kẽm gai
qua thành phố ngày qua
với những bước chân
rầm rập xuống đường đòi áo cơm sách đọc
bay lên cùng
những người bạn đồng hành
những người bạn mang thơ đi trong buốt giá
trong đêm mất đèn nhoáng nhoàng tiếng cười
những lời bỗ bã
tôi có thói quen
lấy thơ làm cứu cánh
dẫu trời mưa
trời nung nắng
thơ là mái che là lửa ấm chiều đông

III.
mùa đông đến bất ngờ
không báo trước
tôi không kịp mặc áo ấm quàng khăn đi tất
như sự lạnh lùng của em
không báo trước
tôi đi qua những hoàng hôn
những trận mưa đêm đột biến
những lối phố rộng rênh những quảng trường
quá hẹp
những chiếc quán
lẻ loi
tôi đi như một lời độc thoại

đâu rồi ngôi sao ban mai
ngôi - sao - bạn - bè đến gõ cửa phòng tôi
mỗi sáng tinh mơ
ngôi sao báo trước một ngày nắng
một ngày mưa
một ngày tạnh ráo
đâu rồi
tôi gọi ban mai
và đợi
như chiếc dương cầm đợi những ngón tay
lướt trên hàng phím
lá cỏ đợi giọt sương treo lên tinh cầu nhỏ xíu
nhẩm đọc lại câu thơ xé ra từ trái tim
tôi gọi tên em

có phải em là mùa đông
một mùa trong bốn mùa làm nên năm
một ngày trong ba mươi ngày làm nên tháng
tôi nhà thơ không thích ví von so sánh
những con đường mang dáng em lượn một đường cong
những bông hoa đầu mùa ăm ắp hương thơm
mảng tường trắng như ngọn thác
và ngọn gió trào trong đêm thách thức

không do dự chần chừ
chỉ có tôi ngọn gió kia trận mưa này và sự
lạnh lùng không báo trước
không cô độc chán nản không hững hờ
tôi đi
tận cuối con đường mùa đông
ban mai hiện ra
bất ngờ
dè dặt

IV.
không ngày nào giống ngày nào
em lặng lẽ tới bên cửa sổ
xin chờ tôi một lát
tôi xếp gọn chăn màn không quên bài thể dục
tôi biết ban mai cách hàng triệu cây số đến đây
qua những khoảng không
vô nghĩa qua những
hành tinh cùng nhóm
qua sự sống cái chết
gặp những trận gió lốc những đám bụi tinh vân
mịt mù
mùa đông níu chân
mùa thu cầm tay
mùa xuân phủ khăn voan lên mặt
những bóng đêm đen đủi phỉnh phờ
những trận mưa lê thê dồn dập

từ nơi phiến lá nơi mái hiên
từ trên thảm cỏ mượt
tôi nghe
thứ tiếng cẩm thạch tiếng của giọt sương
trong suốt
sâu thẳm và bao dung
thứ ngôn ngữ tình yêu thiết tha nồng nhiệt
đang rót vào tôi
sự thanh khiết không tìm ra nơi ban chiều
dù ở đó rất thướt tha
mềm mỏng

tôi đã qua một mùa đông lạnh nhạt
một mùa đông không báo trước
như dáng em ngồi đan áo trong khuya

tan vào tôi
tiếng đàn thiên nhiên của lá cây suối sông biển cả
của mặt đất hương lúa đầu mùa quen thuộc
của xa thẳm ngân hà
tôi cần sự bù đắp
sự bắt đầu
nhưng không bao giờ là sự cuối

V.

đừng ngại
em
tôi dám yêu cả sự lạnh lùng nồng nhiệt
hay phũ phàng
tôi chấp nhận nỗi buồn nguồn vui
tôi chấp nhận em
tôi ngợi ca và không thể không ghen tuông bực tức
tôi biết em chân lý có thực
dù nơi đâu em người gieo hạt buồn vui
ôi ban mai
mỗi ngày một lần đến cùng trái đất

hôm nay chủ nhật
tôi cần chút nghỉ ngơi yên tĩnh và khoáng đạt
cần một bông hoa cắm vào lọ thuỷ tinh
tôi cần có em
như cỏ cây cần ánh sáng
sao trời cần tới đêm
hãy đến hỡi ban mai của tôi

từ phương xa
em tới đâu qua đâu mà nét dịu dàng không hề rơi vãi
tôi nhận ra tiếng bước chân nhẹ nhàng quý phái
giọng nói ngọt ngào lắng đọng tục ngữ dân ca

mới mẻ đến triệu lần triệu lần vĩnh cửu
tôi có thể tiếp tục làm thơ tiếp tục đọc cho bạn bè
người chưa quen người bên kia nửa vòng quay trái đất
không né tránh
không làm người chào hàng
người đi sau nhặt nhạnh
đừng cười tôi
đừng làm tôi phải đưa hai bàn tay che mặt
tôi là bãi cát
đón nhận muôn đợt sóng dạt dào phát ra từ trắng trong
những những làn sóng trái tim em

VI.
tự tin
tôi có thể xứng đáng tấm lòng ngưỡng mộ
của mọi người
tôi yêu họ và sống vì họ
chẳng kiêu ngạo chẳng xun xoe chẳng hạ mình
không giả trá già nua cũ kĩ

gian phòng này xin làm một công viên nhỏ
một vườn hoa hoặc lối phố
mọi người cứ việc tìm tôi trò chuyện bất cứ lúc nào
ngay lúc tôi vắng nhà bận bịu hay
dạo mát hành lang
mai kia tôi không còn chút thì giờ làm thơ
chép tặng em từng trang
dẫu lúc ấy tôi chẳng là tôi nữa

xin cứ tự nhiên mở cửa
những phong thư tôi vẫn nhận hàng ngày
trên mắc áo tay tôi vừa chạm tới
bản thảo trên bàn dày cộp chồng lên nhau
(chiếc bàn mang hơi ấm các nhà thơ

tôi đã đọc tên mô tả khá đầy đủ và thận trọng)
xin tự giới thiệu
chính tôi anh chàng đãng trí và đa tình số một
người lặng im có thể ngồi suốt ngày

yên lặng một chút
đừng thô thiển cũng đừng e dè
chẳng cần sắp hàng người nọ sau người kia
chớ nên chen chúc
các bạn có thể mặc đủ loại áo không cần đồng phục
không cần chỉnh tề
không vội vàng gấp gáp cũng đừng quá chậm

hãy mở toang cửa sổ
các bạn sẽ gặp ban mai của tôi
bước chân nhẹ nhàng thanh thoát
đôi cánh tay trần
đôi ánh sáng ngân rung từ những vì sao xa xôi
trên đôi môi ướt át
và đôi mắt
long lanh treo hai hạt tinh cầu
đi qua bạn
bay quanh bạn
đậu xuống mái tóc
huyền bí vô cùng
vô cùng chân thật
ban mai
trên môi tôi
cháy
nồng
run rẩy.

Huế 12-14/10/1981

CHIẾC GHẾ BỎ TRỐNG

(Nhớ nhà viết kịch Phan Xuân Hải)

tấm thảm mùa hè trải bên cát mặn
khoanh từng ô
anh thường tới đây cạnh con lăn xi măng trườn ra biển
trong tiếng rú tăng tốc bụi mù chở theo đủ loại
nhọc nhằn
đôi mắt đen láy sau cốc rượu vang

vắng người năm trước
đàn chim bay qua rớt xuống tiếng kêu thảng thốt
giữa những gương mặt huyên náo
lá dương bắn ngàn mũi tên về phía anh ngồi
đã trống một chiếc ghế

thế gian này sẽ còn trống nhiều chiếc ghế
lại thừa hàng trăm chiếc ghế khác
sóng cứ ầm ào cuốn mãi lên bờ
lắm thứ người ta không dùng nữa
anh lượm và đóng gói
hy vọng sẽ được việc

rác rưởi sóng sánh vô số kỷ niệm
ở đó anh đọc được bao trang sách
tục tĩu và thánh thiện đắm say và chán chường

như cốc rượu vang đen láy
trôi xuống cổ họng

rồi nắng tắt
nặng trĩu đêm dày
sóng bận rộn cuộc tình muôn thuở
ngôi sao vụt sáng nỗi thèm khát
anh nghe cuộc đời cựa quậy
chỗ chiếc ghế bỏ trống.

Biển Nhật Lệ, 16/7/2010

CẦU MIRABEAU

Dưới cầu Mirabeau êm đềm trôi dòng Seine
Trôi cả tình yêu của anh và em
(Thơ Guillaume Apollinaire - Phan Cẩm Thịnh dịch)

trên cầu Mirabeau
Apollinaire đang quệt sơn vòm cong tuyết sáng

sông Seine chậm rãi
nhịp điệu tháng ngày qua

dòng người dài thêm già đi mà sông thì mãi trẻ
mùa này cây trút lá cho trời rộng thêm

khôi nguyên trái tim ứa ra vệt son tươi rói
bầy mòng biển líu ríu tình yêu dại khờ

anh gieo vào đôi mắt nâu câu thơ Mirabeau
Apollinaire còn đây

em thả tóc vàng óng mượt
cầu đỏ bừng sau cặp môi hôn.

Paris, 1/1/2011

TRƯỚC NHÀ THỜ ĐỨC BÀ PARIS

đàn chim không biết sợ hãi
chúng sà xuống hồn nhiên
giữa lòng bàn tay
ăn mẩu bánh mì
hình như không biết tôi đến từ xứ sở mà chim
là đặc sản

ở đó loài chim bị chém ngang tiếng hót
vặt trụi lông
thiêu trên bếp than rừng rực
ở đó chim không có quyền bay vào trời rộng
bơi giữa hồ xanh trong
chim chỉ biết mua vui yến tiệc

hai mươi tám vị tông đồ ngự trên tường cao
hai mươi tám cánh thiên thần
trắng muốt
tôi là thằng gù Quasimođo
đơn độc
kéo hồi chuông
hỡi những hồn oan bé nhỏ bây giờ nơi đâu.

Paris, 3/1/2011

THẰNG CU ĐÁI

ngày này sang ngày khác
năm này sang năm khác
đời này sang đời khác

thằng cu(*) rướn cong thỏa thích tè
sô-cô-la
bia
dâu chua cam ngọt
tóe tung tiếng người

nước đái cứu đồng loài thoát lưới bom hủy diệt
những cơn hỏa hoạn điên khùng
cu đái cười ngạo nghễ

tuyết lợp trắng mái nhà Brussels
chuông ngựa leng keng ấm quảng trường giá buốt
thằng cu hồn nhiên
tè
xuống đầu nhân loại

cơn mưa hòa bình.

Brussels, 5/1/2011

(*) Tượng Thằng cu đái, biểu tượng của Vương quốc Bỉ.

(Tranh họa sĩ Khánh Trường)

CUỐNG RỐN
(Tặng Nhà thơ - Hoạ sĩ Văn Thao)

cuống rốn khô sắp rụng
anh thu mình ốc đảo

ngày ngày mặt trời ló mắt sương
hoảng hốt nhìn xuống cánh rừng
cây mọc lông dọc suối mơ
hoa tua tua gai nhọn
bùng cháy những đốm lửa quả chín khuya khoắt
lá chùng ngấn đàn nước mắt

đong đếm đong đếm đong đếm
chút khí thở nhặt nơi ngả đường dốc đứng
gia sản duy nhất cuối cùng
nửa tươi nửa héo nửa đỏ nửa đen
nửa sống nửa chết

chó vẫn sủa vang phía bên kia trời
làm rách trang sách trên tay
dai dẳng hơn tiếng rít thuốc lào đơn chiếc
khói trắng dã gương mặt thế hệ dối lừa
họ không là họ

bước chân gõ cầu thang
cất lên
nhịp lẻ
anh biết anh đang tồn tại
giữa ống tre ống trúc bức sạp gỗ cái tủ chè
róc rách nước đổ
quang quác ba chú ngỗng tìm về sau ngày rong chơi
đàn gà núi chen nhau vào chuồng tìm chỗ ngủ

một con chim nữa trong chiếc lồng bỏ quên
bên những chiếc lồng rụng rốn.

Kỳ Sơn Trại, 9/8/2010

BÓNG VÀ ANH

anh ôm bóng anh hằng đêm
hà hơi lên tóc lên trán hà hơi vào mắt vào môi
hà hơi xuống ngực
hà hơi
bóng biết nói biết đùa bỡn biết tự bảo vệ
đôi khi vượt qua giới hạn
anh yêu bóng anh như yêu người đàn bà
vừa thánh thiện vừa ác quỷ
nửa ấm áp nửa lạnh lùng

anh lang thang cùng bóng qua sa mạc đỏ
qua biển cả phù du
những thành quách màu huyết dụ
những đền đài vàng au
bóng
sứ giả của mây và gió
chú chim sẻ cậu sóc nhỏ con mèo con
nhảy loi choi trên xanh
chui vào vạt áo
tất tần tật

anh dìu bóng lên ngọn núi chọc trời
ôi nhừ đôi chân bại cả cánh tay
không thể làm gối không thể giúp anh
mỗi khi mỏi mệt
không hát nổi bài hát ngày xưa
bóng sẽ rơi xuống mất
thôi ngủ đây
bóng

anh vẽ bóng trên mặt kính mờ sương
rồi giấu mình sau gáy chơi trò ú tim
mọi cử chỉ mọi việc làm mọi ham muốn
mọi buồn đau
bóng đều tường tận
là người hiểu anh không ngoài ai ra
nhưng bóng vội nhòa
làm sao tìm lại
một giờ bóng giận dỗi bỏ đi chẳng muốn gặp
anh thành cái xác

sớm mai thức dậy anh thấy mình đã khác
mình là bóng
hay bóng là mình
không biết.

2/12/2010

NGÀY MỚI
(Tặng Giang Biên)

linh đứng như điểm khởi đầu một ngày mới
tia sáng mang vị ngọt và đắng xuyên qua
lối đi của lưỡi
cây cầu nhỏ chìm sau lọn tóc
đám tre đằng ngà
ùn ùn bão

hơi thở ướt hết áo linh
tôi chòng chành bên chiếc bàn tình tự
se sẽ thôi bạn nhé linh sẽ biến mất khi
mặt đất đầy vô vọng
quãng sống này
đùn lên từng mẩu đũa đen

bay theo linh giấc mơ nước trôi mãi quanh thành cổ
dấu binh mã về đâu
bụi mù xám xịt
sao loài người
mê ngủ
hoài thai cùng đảo điên

những chiếc cốc nói gì ngày mới
khao khát tự do
những chiếc thìa cọ xát
chờ
quay về bạn hỡi
ở đây toàn sỏi đá
dốc ngày lên vai ta đi hai tên hề.

30/5/2011

LY

một nghìn ba trăm năm mươi mét cao ly hồng nở
đôi mắt bồ câu

vô biên im lặng
cơn mưa đồng phạm
con chó thảo hiền không biết sủa dẫn tôi đi cùng

bài thơ tình ăn theo mưa
ly thơm vào trưa
xấu hổ tôi cúi mặt

tôi mở cửa vào trong
nước chảy như nghìn sau vẫn chảy
cỏ xanh như nghìn sau vẫn xanh

một nghìn ba trăm năm mươi mét cao
vết thương vụng dại.

11/9/2011

BÊN TƯỢNG LINGA

(Dâng lên Hoàng Hậu Paramecvari)

trong tấm áo sương
nàng là hoàng hậu vừa tấn phong của vương quốc
tình yêu
đôi má quét lửa

sơn hà
sơn hà
sơn hà ơi

đàn ngựa chiến hí vang lao về trong đêm huyền sử
nghi lễ nước mắt

sung mãn những vằn gân nóng hổi
sản sinh
dưỡng nuôi nghìn thế hệ

cao trên cao
lởn vởn hồn oan thoát chạy trước cơn biến loạn
thánh tích linh thiêng đổ sụp bên đồi

ôi linga
ngạo nghễ máu dựng đứng giữa bầu trời.

Phòng Trưng bày Văn hóa Chăm
Hội An, 6/12/2011

BÀI THƠ CHƯA VIẾT
(Gửi hương hồn nhà thơ Hải Kỳ)

nhẹ nhàng và thanh thản bước vào ngôi nhà vĩnh hằng
con sông xanh chảy về trời xanh
rừng mỗi ngày mỗi thẳm
đôi mắt nhìn chúng mình
bài thơ bạn chưa kịp viết (*)
đôi mắt nói với chúng mình cái đẹp trớ trêu cái đẹp quyến rũ
cái đẹp đẻ ra sự sống và giết sự sống

ta đã bơi giữa dòng nước mát
ngày mẹ đưa chúng mình xuống sông quẫy đạp
tình yêu dội lên hai bờ vai
lên tóc
đẫm vào thịt da
tia chớp sáng của ngọn sao khuya
chúng mình đứng như trời trồng khi tình yêu tới
những câu thơ vọt máu phát cuồng quất vào bức tranh
đớn đau mà khát cháy

em nói gì đi sao chỉ bằng nét buồn
ta không biết chọn gam vì em mỏng quá
em là nõn cây là sương không hạt
len vào hồn
tận hiến
gió mới hiểu đá mới thấy cát mới nhận củi khô mới thấm
giữa mênh mang em đến
hỡi cánh hoa lung linh

nhiều khi chúng mình nặng lời vô cớ
mà hoa cứ nở tròn
môi yêu cứ ào ạt thổi
nhiều khi chúng mình buồn cười quá thể
đói khổ đốt khô thời ngây ngô
nhiều khi chúng mình trêu chọc liều lĩnh
sự khờ dại ra đi lúc nào
nhiều khi chúng mình xa nhau bõ ghét
mặc năm tháng già nua chạy dọc trên đầu

nhiều khi và nhiều khi
sao cuộc đời này vừa dễ thương vừa cáu bẩn
chúng mình tự do hay nô lệ
vừa xây vừa phá vừa an phận vừa chống lại
sao cuộc đời ích kỷ lẫn bao dung
chúng mình muốn ôm choàng muốn xé nát
đam mê rồi quay mặt
điên loạn từng con chữ
nhiều khi

đừng nói nữa đôi mắt không tuổi
trên cánh mi thiên đường đang mọc
vũ trụ vận hành
loài người sắp ngửa
ta bào thai trong đôi mắt ấy
bào thai cùng ngôi mộ gió
phiêu dạt bên đường
những ngôi mộ gió như câu thơ đắp đổi cuộc đời ta.

Đồng Hới, 6/8/2011

(*) Chị Lý, vợ nhà thơ kể lại, trước khi mất một ngày, Hải Kỳ còn muốn viết bài thơ sau cùng dành cho tôi, nhưng không kịp.

MÙI

ở đâu đó rất xa vừa nhìn thấy vừa không nhìn thấy
nghe được sờ được

dòng thác nóng ran hai bờ đêm

nguyên bản cuộc sống vốn thế
cơn sốt bất thần run bần bật

có thể viêm nhiễm sau cuộc phẫu có thể mới ra đời đã
biến mất
có thể từ trời cao đổ xuống từ dưới đất trồi lên

mằn mặn nhàn nhạt hương một loài
hoa không tên gọi

mùi mưa mùi nắng mùi gió mùi cáu bẩn mùi nguyên
trinh
mù kiệt quệ mùi phục sinh mùi mùa

mùi của mùi...

29/12/2010

MẶT TRỜI ANH ĐÀO

em gái trao cốc vang giữa lưng chừng trời
đen như hố đen vũ trụ
từng ngụm mây nóng hổi

em bỏ lại ngôi nhà không khóa
bên những ngôi nhà biến mất trong cổ họng sóng thần
im lặng bước đi

cách gang tay
sau cơn địa chấn
mặt trời anh đào nở trên vầng trán.

Viết trên chuyến bay Sài gòn-Tokyo, 24/2/2012

CHÚ SÓC NHỎ CỦA TÔI

đây đảo Tự Do đâu phải rừng dày
cây lưa thưa
cây cũng không ra lá
tuyết tan chiều qua

trú nơi nào
hỡi sóc nhỏ

cái đuôi mày xinh quá
chiếc chổi tơ mịn màng
quất nóng lên ngực tao

bộ lông nâu óng mượt
đôi mắt tròn hạt dẻ
mày hay là cô bé

có mày tao ấm lên

có mày tao tin
thế giới này thánh thiện
sẽ bớt đi phần ác trong mỗi con người
trong mỗi con người
sẽ bớt đi
xấu xí

tao vẫn còn miếng bánh
không tiện vứt xuống đường
ăn cùng tao
sóc nhé

có mày tao ấm lên.

Đảo Liberty-New York, 25/2/2012

JANET

chị đi tìm tự do trên đất tự do như tìm báu vật(*)

nắng phủ túp lều khô đám người ngang qua mỗi ngày
rậm rịch
tiếng con chim trốn tuyết thỏi bánh mỳ từ thiện nuôi chị
mười tám năm dai dẳng trước tòa Nhà Trắng

sao không hốt chị cùng túp lều tơi tả kia
sao không tống khứ chị ra khỏi vùng cần tĩnh lặng
sao không bố thí nơi chung cư dành cho người thu nhập thấp

chị lượm hết những chiếc lá cuối mùa
những nụ cười bỏ quên sau hàng cây sáng sớm
những nụ hôn tươi rói và căng lên dòng chữ tự do
công bằng chiến tranh hay tự sát

một chiếc lá Việt rớt xuống lòng bàn tay chị.

Washington, 26/2/2012

(*) Đã hơn mười tám năm, Janet-một công dân Mỹ dựng lều ngay trước tòa Nhà Trắng để phản đối chiến tranh, chất độc da cam, đòi hòa bình và tự do cho con người.

BỨC TƯỜNG KỶ NIỆM CHIẾN TRANH VIỆT NAM Ở WASHINGTON

bức tường hình chữ V khoét vào đất
vô số dòng tên lạnh
chôn cùng màu đá đen
nước mắt người mẹ lần tìm con
không đủ sáng
nước mắt người vợ lần tìm chồng
không đủ ấm

tôi chợt nhớ những chiếc hầm chữ A
đêm đêm ở quê nhà
chôn nụ cười trẻ thơ
mẹ ngóng con sau lỗ thông hơi mờ mịt
vợ ngóng chồng qua cửa âm u
đất rùng mình
sau loạt bom hoang dại.

Washington, 27/2/2012

HỌ ĐI CHO ĐẾN NGHÌN SAU

thành phố không tuổi
nàng báu vật bước ra từ ngôi nhà cổ
hiện thân miền đất khác
múi giờ khác
nhịp điệu khác

nàng hát
đây thiên đường tình yêu những người hành khất
bên gã đàn ông da trắng cầm đàn
nàng đi
dấu men nâu bừng thức thềm gạch lát

phiên chợ đêm ven sông
chỉ hai người
bày bán những chiếc túi thổ cẩm
con rồng đất phương đông
cây đèn gió

hết con đường này đã là
trăm năm
ngược về phía cầu Chùa
sẽ có một con đường cong nữa
rồi gặp một con đường nối con đường ấy

họ đi cho đến nghìn sau.

Cali, 30/2/2011

VẦNG TRĂNG HIỀN THỤC

đây vầng trăng. Đám mây cổ
lang thang nét hoa văn. Và gió
và gương mặt hiền thục hiện về
mùa thu bỏ quên đôi guốc đỏ

con đường chơ vơ. Lá đổ. Và
niềm đau xanh đẫm. Ngày qua
trên mỗi cành cây khô gãy
bao hạt mưa xưa vỡ oà

nhưng vầng trăng. Vầng trăng hiền thục
mày cong liễu sáng. Và ta
cùng cơn mưa. Thao thức
hằng đêm từng giọt lệ nhoà

người ơi. Người hay trăng muộn
mọc xế góc đời ta đây
ta mong manh. Và ta lơ lửng
vô hồn giữa những đám mây.

VĂN BẢN THI THỂ

cuốn sách cuối cùng thuộc về em
dòng chữ dấu chấm chú giải đến và đi
nghiêm cấm mọi thay đổi
vẽ lại cuộc lữ trình
xáo trộn chiếc ghế mây ngồi ngóng biển
lịch sử diễn ngôn màu sắc mùi vị

trong phiên bản ngày tháng năm ta thuộc về cuốn sách
ta uống cạn chai nước thánh ăn chiếc bánh
hình đồng tiền dát vàng
quả cam từ cánh rừng già
rất ngọt
vì
đất rất đắng

cuốn sách cuối cùng thuộc về em

vội vã vừa ngủ vừa thức sau cuộc chiến
thân xác đời người
mệt mỏi bất ngờ lao tới đỉnh dốc
câu thơ cũng vội vã bất ngờ
lang thang mộng du
mùa giục

ta thuộc về cuốn sách
cuốn sách thuộc về em cho tới lúc ta mãn hạn
trước cánh cửa thiên đường vô biên
ngủ như giấc mơ
ngủ là sự sống hằng cửu
văn bản thi thể.

California, 30/2/2012

TRÀ ĐẠO

không thể khuấy lên những ngón
ấm
đặc
đậm
nó không chịu sự chỉ huy của Thần Tình Ái
ngón tay trơ
đá tảng

anh không có cảm giác ngày xưa
ta ngồi bên sông
chảy
ta
cây lặng im
bóng dưới nước
một màu cây

về đâu
dòng sông ngang qua đời
ta
không bọt
về đâu những con sóng vỗ chân cầu

đừng nói nữa
chiếc hộp trà đêm đêm
đối diện
giấu đi
thi thể ngàn năm

trôi
sóng truyền kiếp
chiều nay
dạt phía chân cầu.

Viết ở Bệnh viện Trung ương Huế, 23/3/2012

CÂY TRẦN GIAN

ôi vầng trăng đêm nay không ngủ
lung linh sau gốc đại hiện về
và quá khứ chợt hiện về một thuở

những giọt lệ từ lâu quên chảy
giờ theo cùng ánh sáng hoà tan
ta vô vi trong khói hương cầu nguyện

nàng lơ đãng nàng không nhận thấy
niềm vui sinh với nỗi đau
trên cây trần gian mùa lá vỡ

nàng lơ đãng nàng không nhìn rõ
vòng luân hồi xô đẩy đêm nay
ta chỉ là linh hồn cây cỏ

ta muốn ngừng hơi thở sau cùng
để ánh sáng vầng trăng khâm liệm
chôn đời ta dưới gốc trần gian.

Mùa Phật đản 2540

TẤT CẢ KHÔNG Ở ĐÂY

không ai trên ghế đá cẩm thạch
trong khu vườn trăng héo
chiếc lá cô độc chìa bàn tay mùa gầy
vừa rơi vừa nhóm lửa
tiếng kêu gãy của bầy chim

không ai dọc bờ sông chảy xiết
con thuyền ngày xưa trôi về đâu
gió nghẹn ngào
hắt từng nhịp thở
bầu trời trống rỗng sang thu
mặt trời đỏ như hòn máu

không ai giữa đám lục bình tan tác
tìm chốn buông chân
những thân xác vô thừa nhận
cánh chuồn chuồn nặng nề sau bão giông
trước khi chết
mỗi con mắt mở một vì sao

tất cả không ở đây
tất cả không ở
tất cả không
tất cả
tất.

17/9/2019

KIẾP HOA

trong dải sương mù
một bông hoa cô độc
một bông hoa màu đen
người ta bảo hàng ngày hoa tỏa mùi hương chết chóc
mặt đất phô trần thân xác ruỗng
mục
đấy là phép phù thủy sự sáng tạo cuối cùng

tại sao
tại sao
tại sao
hoa không được quyền khoác cho mình chiếc áo than
dưới trận mưa bom
từ những cái đầu bạo cuồng rải xuống
hoa bật dậy
tại sao tại sao

kẻ mộng du dò từng bước một
những bóng ma tự vuốt lấy mặt mình
tiếng khóc vỡ trên cát
nước mắt thấm trên cát
không đủ sức hồi sinh làn da non

tại sao
tại sao
tại sao
hoa không được quyền đen
anh không được quyền yêu em tận cuối con đường
trên thi thể mù sương bí ẩn
trinh bạch kiếp phù du.

2/2/2001

NGỌC BÍCH

có thể tôi nhìn thấy một lần biết một lần rồi không bao
giờ thấy nữa
thứ ánh sáng lạ ấy sinh ra từ đâu
ánh sáng mà chẳng phải ánh sáng
triệu triệu chớp mắt đi qua tôi trong trẻo đến vô ngần

đôi khi bay ra từng hạt từng hạt
ngời
và
mỏng
chìm trong vầng sáng giấc ngủ nghìn năm đã qua
lọc sạch trái tim tôi bầm đen với những nỗi niềm
bầm
đen

tôi đứng dậy cái thế của chú bé phương Đông
lẫm chẫm từng bước nhánh san hô
nói tiếng nói mẹ cho riêng tôi loài người đã nói vạn
năm về trước
không bằng sáu khúc thanh quen thuộc hư mòn
khúc thanh thứ mười ba
con số lấp lửng loài người từng nghiệm chứng đớn đau
và hạnh phúc

một lần thôi tôi mong được đặt trên đôi lòng bàn tay
xin đừng rơi xuống đất
mỗi khi đã vỡ ra trần gian này sao hàn gắn được
sự nguyên trinh của thể chất làm con người nhận ra
mình là ai
bóng tối lửa nước không tài nào dập tắt

tột cùng ám ảnh
cúi đầu trước đại dương mênh mông lắng nghe tiếng
sóng
vỡ trong ngực mình
tan theo con sóng
tôi ngụp lặn cho tới ngày cánh tay buông xuôi
nhưng tinh thể đã xa rồi
vì sao đang trôi.

13/9/2002

THÈM NGHE ĐƯỢC TIẾNG NGƯỜI

bóng tối lùa về
đêm một màu xám xịt
đặc
và câm
lâu đài con đường phố xá nhà thương giàn phong lan
tim tím biến mất
em cũng biến mất với gió

bỗng thèm lúc này nghe được tiếng người diết da hơn mọi thứ
như nhát dao chọc thủng tờ giấy
như tảng đá nát vụn dưới sức nặng tay búa giơ cao
như quả bóng vỡ ra
âm thanh
gãy gọn

anh lần bước bên bức tường dựng đứng
con suối khô rang
chiếc cầu ao rã từng liếp ván
anh nhận biết chỗ anh đến liền kề hố sâu
ánh sáng đóng chặt xếp vào bao nằm chồng lên nhau
im lìm
thở dốc

một tiếng người một tiếng người một tiếng người quay quắt
nửa tỉnh nửa mê nửa tiếc nửa chờ
đợi như đã đợi
gọi như vẫn gọi
gào như đang gào trong kí ức sót lại của cổ họng con người
đêm xoáy tròn vỏ ốc.

4/8/2015

TÔI MUỐN NÓI BẰNG TIẾNG NÓI TỔ QUỐC TÔI

tôi hằng tin ngôn ngữ làm nên Tổ quốc
tiếng đầu tiên
mẹ
hiền
nước
Việt
tiếng trầm hùng
& tiếng thiết tha
âm thầm hơn mọi lời ca

mẹ ra chợ
gánh theo mưa nắng
mồ hôi đẫm
mồ hôi
muối mặn
lá trầu tươi hình trái tim
trái cau hình giọt máu
lặn sâu trong lồng ngực lép nhọc nhằn
những âm thanh Tổ quốc kẽo kẹt
những âm thanh bền lâu
tôi hằng ôm ấp

tôi lớn khôn khi hiểu chiếc lưỡi cày
cày vào đất những dòng bí ẩn
trang sách
đồng làng
hàng hàng lúa chín
những lạch mương nước trắng muốt thân cò
viết nhiều chương mùa màng tôi đọc

tôi nhìn Tổ quốc qua nét phấn người thầy
lối tắt chim bay
vòng quay tịnh tiến
nghe chuyện thần kỳ voi chín ngà gà chín cựa
ngựa phi về trời
đôi hài tôi
mỗi bước đi vạn dặm

chiến tranh liên miên giặc dã liên miên
ông cha viết
Hịch tướng sĩ văn
lại viết thêm
bình Ngô đại cáo
còn viết nữa
chưa thôi
những âm thanh thao thức lòng người

Tổ quốc tôi mấy nghìn năm
sau tiếng ru
ấy là tiếng thét
lắm kẻ thèm thuồng dải đất chữ S
hệt dáng mẹ tôi
không mỏi mệt bao giờ

Tổ quốc tôi
trong những nụ cười
người thân quen và người chưa kịp biết
một tiếng chào hơn mâm cỗ bày ra
cái bắt tay ấm bằng chăn nệm
Tổ quốc là thánh thiện
chị ngã em nâng
chị em như đũa có đôi

đôi khi
tôi muốn giấu Tổ quốc để không ai dòm ngó
đôi khi
tôi muốn nâng Tổ quốc
đặt vào mâm quả
nghi lễ bàn thờ tiên tổ
đem trưng bày giữa ngã bảy ngã ba
ai cũng ngắm Tổ quốc như bông hoa lạ
mặt tôi cong lên kiêu hãnh với người qua

Tổ quốc tôi
vang vang lời hàng xóm
bát nước chè xanh sáng sớm gọi mời
trong cái tát
những tên lén lút
cướp đảo giữa ngày êm như trở bàn tay
thầm thụt đêm đêm làm ô uế biển

Tổ quốc tôi
trong lời rủa những thằng ăn của đút
xé thịt da bán đứng cả rừng già
cây trăm tuổi
nằm mơ giấc mơ bóng mát
cao nguyên khô gầy
nhớ hội bỏ mả cồng chiêng
những kẻ thắt com-lê náu mình hang tối
một đi không trở lại

tôi yêu Tổ quốc này
nếu có người đưa ra cá cược
đổi nửa hành tinh bù thêm nửa vầng trăng
không

không không bạn ơi
lời nguyền xưa
ba miền
ruột thắt
Tổ quốc ngôi nhà bền vững âu vàng

tôi yêu Tổ quốc
như mẹ tôi yêu mảnh vườn chăm từng tấc đất
khi tôi chết
Tổ quốc bọc trong tấm áo choàng
muôn cành biếc
và những cỏ cây
chiếc áo đơn sơ tôi vẫn mặc ngày ngày

khi tôi chết
tôi cũng là Tổ quốc
được sống cùng sương
ruổi rong
cùng gió
giọng điệu của dế kể chuyện canh khuya
ngôn ngữ phiêu du mây bạc
tôi lắng nghe
thiêng liêng nếu Tổ quốc kêu gọi
như người lính sẵn sàng
đứng bên đồng đội
chẳng ai thấy tôi có mặt trên đời
Tổ quốc vĩnh hằng thế đó bạn ơi.

27/12/2016

BỨC TRANH MÙA ĐÔNG

(Tặng Phan Huyền Thư - nhân xem tranh Đông Hồ)

một chiếc ghế bện mây bên chiếc ghế bện mây cũ
hai mái tóc ông chải sáng
rẽ đôi chút khí trời hiếm hoi
bức tranh quê Đông Hồ bày nơi ngưỡng cửa
và nàng như ngày tháng xếp chồng lên nhau
ẩn trong gam lạnh

cứ thế ban mai hay chiều tà ông mở ra cuộn lại
người qua ngắm nghía bỏ đi
không mặc cả hỏi han
ông hiểu chẳng ai nhìn thấy vẻ đẹp nàng sau làn vải mộc
lẽ nào rao bán hoặc đem biếu không
hay treo giá tận chót cùng đi nữa

đột nhiên người ta huyễn hoặc tên nàng trên các tờ lá cải
người ta bảo nàng như mạch gió của cánh đồng hoang
tấm thảm thô vắt ngang thân dừa cổ lỗ
người ta đồn rằng nàng đã chết từ lâu
hồn vía nàng nấp trong cành cây khô gãy
mặc kệ những lời vô nghĩa ném vào nàng
ông vừa nghe vừa mài thỏi mực tàu đen nhẹm

ông cũng chẳng thích gì ngoài chiếc ghế
sau yên lặng hình như nàng khe khẽ cất điệu ca buồn
như chính ông đang ca vậy
giai điệu âm âm cổ tích
ông quen từ thời thơ bé
rồi nàng bỗng bật khóc hệt ngàn sợi mưa mùa đông dai dẳng
khóc mà lặng im

ông đưa về làm của quý riêng mình
vì ông biết những đêm dài nàng bay ra cùng khói sương
buốt giá
ánh sáng
hơi thở
tiếng đàn
bởi nàng là bức tranh Đông Hồ ấm áp khắc họa cuộc đời ông.

20/1/2017

CHIẾC LÁ CUỐI MÙA

anh xé tờ lịch cuối năm
cánh cửa vô biên không ngày không tháng
khép như lệ thường
trong tích tắc anh nhận biết hơi thở của lá
có một đốm hồng vừa nhú trên cao
niềm tin mọc rễ

đã bắt đầu ngày mới hai ta
đã bắt đầu hai ta làm kiếp lá
xanh như ngọc mềm như lụa
ta sẽ hát bài ca óng ánh hơn ánh sáng
cho người nghe và người không nghe

những vì sao rụng đầy đám cỏ
những tràng hạt lần hồi trong bàn tay nhà tu hành
những gót sen giấu sau cánh áo nhiệm mầu
những đứa bé ngậm chặt bầu vú mẹ
những vết thương liền da
bắp u con bò giống
anh biết đó là tiếng róc rách mùa đi

anh cũng tin lá chớp bờ rào
đôi hàng mi trước ngõ
hằng đêm vườn thêm quả chín
cây điền chỗ trống gà đẻ trứng đầu tiên
mặt tường phẳng phiu lam nham nét vẽ
đêm Chúa ra đời lạnh giá
tín hiệu hạnh phúc

những chiếc lá vắt qua mùa
qua đôi vai gầy guộc cuộc đời này
xứ sở mặt trời ngủ quên chưa kịp dậy.

25/12/2016

VẾT SON LY RƯỢU THÁNH

vệt son tươi rói
dính trên ly rượu như hàng đinh khóa chặt
cây thánh giá con người

nước mắt khâm liệm khô từ lâu
đã quên dòng chảy
thế giới nghiêng trong giấc mộng em
& anh
cồn cát muộn

nhưng anh biết cát sẽ nâng niu bàn chân
bao bọc gót nhỏ mảnh mai em để lại
vùi chôn ly rượu vệt son
cát uống đến cạn kiệt
một cái túi dục vọng không đáy của thiên tạo

em đứng lên bỏ mặc nỗi buồn
bởi hết nỗi buồn này sẽ là nỗi buồn khác

ta thấy cuộc đời này qua ly rượu
gương mặt hiện ra dông bão trở về
cây mấy lần thay tầng lá sắc
mấy lần lưng ngựa
trắng bay

thấy hết khi tóc anh sa mạc
mùa đông thiên đường môi em thơm tho
vệt son ly rượu thánh.

18/1/2017

VẦNG TRĂNG ĐÔI

màu sáng lạ thanh khiết trong mây
cao hơn mọi ngày
tôi thấy
nhưng gần hơn có lẽ
chỉ gang tay
chạm cõi vô cùng
trong cuộc chơi phiêu du còn mất

cô đơn
hờn dỗi
và thân phận lạnh lùng
cuộc đời này có gì mới nữa chăng
thoáng đãng sau tháng năm đen tối
kìa vầng trăng
vầng trăng đôi
nguyên khôi
run rẩy
quả trên cây thơm thảo mỗi ngày

rồi những âm thanh đầy đặn len qua cửa
âm thanh lửa
rung chuyển mặt đất
phủ kín sườn đồi
bập bùng
bập bùng hoang dã
tiếng gõ da thịt mùa đông
bên áo quan buồn bã tiễn đưa

tôi nhận ra âm thanh lụa mỏng
ướt
dẻo
giữa lòng tay
như nắng vàng trẻ trung
những âm thanh ngân lên từ vầng trăng đôi.

5/12/2016

NHỮNG CÂU THƠ CỦA TÔI
(Gửi Từ Sâm)

chẳng xa lạ gì cả
những câu thơ viết ra như ký hiệu của lời
là mưa nhưng không là giọt mưa bạn thấy
có một vòm trời xám xịt mênh mông giữa thân thể tôi
đang rơi mưa
tắm gội mạch nguồn mát rượi

những gì tôi nói giản dị tới mức không thể giản dị
nhưng bạn chớ nghe
khi tôi lặng im đấy là thứ ngôn ngữ nhận biết
thơ đã viết bằng mắt của chữ hơi thở của tóc
ý niệm của chân
tôi đoán sự thật bằng cái ngu ngơ của người đãng trí
chối từ hiện hữu đi tìm giấc mơ

xin bạn đừng đọc thơ tôi dòng dòng trải ra trên mặt giấy
trơ & rỗng nhảm nhí & cáu bẩn
hệt con giun loằng ngoằng mải miết
nơi bạn đứng ngồi có một khoảng không
trong khoảng không thơ biện bày đầy đủ nhất
ngay dưới chân
những viên đá mang biểu tượng con người
sự sống chính bài ca của đá

bạn cũng nên rời xa những gì hào nhoáng
bức tranh tôi vẽ vời lắm nghĩa đè nhau
trải lòng như được của
khoảng sáng mơ hồ
không còn nữa
hừng lên tim bạn phì nhiêu cánh đồng màu
những dòng kênh tình yêu
những dòng kênh hạnh phúc khổ đau

thơ tôi là cát lạo xạo khắp các ngả đường bạn từng đi qua.

5/12/2016

NỬA ANH VÀ NỬA EM

vắt ngang cơn nắng khét miền Trung
chiếc lưỡi mềm
chiếc lưỡi của tạo hóa gắn trong cổ họng con người
từng dòng từng dòng mải miết ngọt ngào
chảy như chưa bao giờ được chảy
rạo rực cỏ cây rạo rực mái nhà
những đám mây cúi xuống rã tan bên liếp cửa
hơi thở hổn hển âm thanh hổn hển niềm mong đợi hổn hển
hổn hển anh và hổn hển em

ngược về quá khứ lũ trẻ chơi trốn tìm
ngược về quá khứ đi chợ về chợ
ngược về quá khứ những nhánh trang chọi nhau
em chịu thua
thôi đành dang dở
ra đứng bờ ao mình em thẫn thờ
hai mươi năm chưa dứt
một phút khôn nguôi hai phút khôn nguôi ba phút khôn nguôi
đời người khôn nguôi
ai lấy cắp tuổi thơ
ai
chỉ vọng lại lời em chuỗi hạt

cái nóng vẫn không buông tha bốn mặt kinh thành
cuộc chiến tình yêu và lửa
những viên gạch năm trăm năm đỏ bừng đôi môi em
anh rao bán hàng cây nhạc ngựa
những chiến binh mang đao chặt cứng con đường
qua ngã tư Nguyễn Huệ
những viên đá cất lên ngôn từ
rặng liễu rũ hay mái tóc em trút xuống Hương Giang
chặng cuối của bài ca vỡ trận
hai cánh tay dang như Chúa Jesus đóng đinh trên cây thánh giá

anh trở lại ngôi nhà không mái
phố phường chưa kịp đặt tên
bồ đề dày thêm lá mới
anh trở lại khi em đã xa
trên núi có bài thơ Tự Đức
tấm kính nát vụn sao không nhìn ra em
cánh cổng mở toang nào thấy dáng em
em là nước từ mùa đông qua mùa hạ
em là hoa thơm trong vườn Tùng Chi
em là gió dưới trời hun hút

anh đem tháng ngày đặt cược với sóng bể dù chẳng còn
rặng san hô cùng đàn cá lượn
anh đem tháng ngày bện hai đầu dây chiếc võng đay
của mẹ
ru trái đất hai nửa hổn hển
nửa anh và nửa em.

9/6/2016

ĐẢO MỘT MÌNH

ngọn nến anh mang theo cháy từ Tam Đảo
lửa của năng lượng tình ái
âm ỉ ngày và đêm
giọt máu cuối cùng lặn sâu bầu ngực
chiếc cầu bắc qua bóng tối
dòng sông ngừng chảy đã lâu đọng thành đá tảng
li ti cát trắng niềm mong đợi giọt nước mắt em

thành phố không vỉa hè không có người đi bộ không cây xanh
mùi cá thơm thập thò đậu lên vai áo
lẫn giữa mái ngói nham nhở
một căn nhà bã trầu
ngọn nến giờ là chủ nhân là thân xác là mặt trời của anh
tìm đâu con còng gió bạn bè quen thuộc
tìm đâu giọng nói nghìn lớp sóng trên cao

một nửa thành phố chết một nửa tinh cầu mọc rễ
em đặt tên Đảo-Một-Mình
ta xây lâu đài bằng vệt sao đầy đặn kiêu hãnh
giữa ngã ba đường những điều cấm kị
câu thơ thắt nút
thơ hay sợi dây vô hình khắc nghiệt
buộc anh và em và chằng chịt hờn ghen

em bảo không gian thời gian ranh giới những khái niệm
chẳng có gì là thật
sự thật đang bay đang bay đang bay
đôi cánh nhiệm màu
em trải mình trong chiếc áo mỏng màu rêu
ban mai trôi đi vội vã sang chiều
một vầng trăng nến sáng.

29/6/2016

ĐÁM TANG CỦA BIỂN

biển nằm im thở dốc
xác ve khô mùa hè
nắng hổn hển vai gầy cát bụi
những con mắt đói nhìn thăm thẳm
những con mắt trống trơ sa mạc
những con mắt không thể nhắm
nằm phơi trắng dã bãi ngang

ngàn con sóng bện trong vòm ngực
ngàn âm thanh nén chặt cửa miệng
ngàn bước chân buộc chéo trên đầu
ngàn cánh tay luồn sâu mái tóc

con thương mẹ
tháng ngày hạt dẻ
núi cát ngất trời
ngăn lại bão giông
trai gái làng yêu nhau rừng xây thành lũy
chợt gục xuống sau lưỡi dao cạm bẫy
con thương mẹ như thương Tổ quốc
mạch nước ngầm trong vắt mấy nghìn năm

dậy đi biển ơi
dậy đi
chết là hết
máu sẽ không bao giờ còn nguyên vị mặn
rã tan theo mây bạc phương nào

con thương Tổ quốc thời loạn lạc
giặc ở bên hông giặc ngủ trong nhà
con thương Tổ quốc
chiếc đòn gánh hai đầu mưa sa
sao đường đi chênh vênh heo hút
vẹt mòn bàn chân mẹ

nước mắt trưa con bện dây neo
nước mắt chiều con đắp sóng mới
vành khăn đêm đúc thuyền bay vạn mũi tên đồng.

0h, ngày 25/4/2016

THẾ GIỚI BÀN TAY TRÁI

vậy là em đã viết lên đây
những dòng chữ từ bàn tay trái
thế giới quanh tôi ngược lại

khác gì đâu
nào khác gì đâu
mềm mại và thanh tao biết mấy
như những bàn tay tôi bắt tôi cầm
có ánh sáng giọt mồ hôi chấp chới
có hương thơm của một bông hồng

tất cả đều trái
ở cái hướng mà người đời không đi về phía ấy
không ít người từ bỏ lãng quên
phía này có phải riêng em

phải chăng trong trái tim non dại
có một dòng máu chảy khác thường
trong ý nghĩ mà bao nhiêu người đã nghĩ
có một ý nghĩ không cùng
trong hồn nhiên ánh mắt
có một luồng sáng lạ lùng

và như con sông chảy ngược
và như cá bơi trên bờ
và như chim lặn xuống nước
và như tôi thành trẻ thơ.

QUE DIÊM NGẮN NGỦI

que diêm ngắn
rất ngắn
ngắn hơn đôi cánh chuồn chuồn

chỉ biết que diêm ngắn
nhiều khi thổi bay lẫn thân liền khói
rồi cho vào túi áo
nằm yên

lễ phép thân phận mình
bạn xin chút lửa
có ngay có ngay

không ngôn ngữ chào mời
chẳng buồn vui hờn dỗi
diêm bé lắm

rừng xanh phút chốc rực sáng
như bão nổi sóng lừng
như giận dữ
như nổ tung

một que diêm
ngắn
rất ngắn.

1/3/2016

CHUYỆN CỦA NGHÌN NĂM TRƯỚC
(Tặng Nguyễn Lãm Thắng)

sau rặng cây biển thì thào mùa mưa đến muộn
ông trở về căn phòng chật
đống sách thiếu chữ lẽ ra phải ném đi
nhưng ông mang vác nó hệt những báu vật trên vai
cuộc đời sinh ra thế
cái gì cũng có hình người lùn
không thể lùn thêm nữa

hôm qua Lãm nói với ông bao chuyện nhảm vỉa hè
Lãm bảo cái gì đáng nhớ ông ấy nhớ
cái gì ông quên nhớ để làm gì
nhớ kẻ đứng đái bên đường hơn người ngồi trong lâu đài mờ ảo
nước từ nơi đó có mùi thơm
nhớ bà cụ nằm đối diện liệt nửa người và cô con gái út tên Uyên
tóc bà sáng đêm mất điện
hôm qua không mưa trời oi bức
ông bơi trong chiếc bình trà nóng
bóng nàng rất cổ xưa mà lộng lẫy
ngôi sao cuối trời đánh rơi hạt giống xuống đất
ông nhẩm tính mười năm quả sẽ treo lủng lẳng chín vàng
lũ chim côi làm nơi trú bão

giờ ngoài kia biển vẫn cứ thì thào
sóng cô quạnh viết lên bờ bãi
muôn dòng chữ lăn tăn như nếp nhăn trên vầng trán ông
trải rộng và buồn thảm
những ngày sau
những ngày sau nữa
lũ còng bò ngang triền cát mặn ngơ ngác chong mắt
nhìn
đấy là câu chuyện của nghìn năm trước.

19/9/2015

BIỂN ĐÊM
(Gửi Nguyễn Hoàng Anh Thư)

trong tiếng thầm thì cuối ngày
anh nghe trái tim em run rẩy
khóc người nằm dưới mộ

thời khắc chầm chậm loài kiến bò ngang mặt tường
nước mắt
nàng mím chặt đôi môi
biển vẫn nhịp điệu ngàn năm không tắt
như tình yêu chàng ào ạt đêm nay

anh tin câu thơ chàng chiếc chìa khóa vạn năng
mở cánh cửa ngôi nhà ủ dột
những bông hồng mang hương nàng thanh sạch bay đi
cuộc hôn phối giữa mây và sóng

cái chết im lìm như người ta xóa sổ
nắm tro
cứu rỗi cả thiên đường
chàng đi trong gió
lá cỏ Ghềnh Ráng xanh phiêu bồng

anh tin hai đầu câu thơ
lai láng hai mươi tám vầng trăng hổn hển

những gì anh đã viết là trống rỗng
những gì anh nói là câm lặng
hơi thở của em đà đậm
và biển
cuộc đối thoại ngàn năm.

Nhật Lệ, đêm 12/4/2016

NHỮNG CHIẾC ĐINH NHỎ XÍU

Ai hiểu bông trang sẽ ở bên bông trang

trang nở trước hiên nhà như ngày trước
hai gò núi mùa hè ửng chín
sợi dây ròng rọc kéo mặt trời
vị mồ hôi mặn chát
rũ sạch ký ức âu lo

tôi chọn một bông dọn lấy mâm cỗ
thản nhiên nằm chồng lên nhau những chiếc đinh nhỏ xíu
đóng vào trái tim
hệt gai nhọn mối tình đầu
ghim vào gan bàn chân chói sáng

mười năm
hai mươi năm có lẽ nhiều hơn
bông trang ấy xây huyệt mộ
bản ngã bài thơ đã hết

hạnh phúc là khi dạo trên cành biếc
cảm nhận cái mùi quen thuộc

trang đã đi qua mấy mùa đông của tôi
mấy mùa cay nghiệt
mở rộng hết mình cuộc sinh nở
không khóc sao nước mắt tôi đẫm ướt
từng đốm đỏ tròn đầy

trong câu thơ mãnh liệt.

1/4/2015

SỰ NỔI LOẠN CỦA XÁC CHẾT(*)

thản nhiên bên bờ biển
thi thể nàng
cá phơi sau bão
vú dựng buồm nâu
đôi mắt mãn nguyện
nét cong con nước hoang

đêm hẻm phố Bắc Phi
ổ bánh mì suông nước trắng
đạn bom mưng mủ thịt da
tình yêu ánh chớp
túp lều tự do nắng mưa
xa rồi

ý nghĩ giờ đứng yên
cát dưới lưng vòng tay ấm áp

giữa dòng người
nàng cởi sợi dây trĩu nặng
sống đồng nghĩa chuyển dịch
cuộc kiếm tìm vô giới

bập bênh trên mặt Địa Trung Hải
trò chơi bầy đàn
đánh số từ một
những xác chết nổi loạn
trong tấm áo tơi tả nàng là mặt trời
đen và đặc

5/4/2015

(*) Liên Hợp Quốc cho biết ít nhất có đến 3.500 người đã chết khi vượt Địa Trung Hải vào Châu Âu tị nạn trong năm 2014.

ĐÊM HUYỀN VI

Chúa tạo ra chúng ta thổi vào đôi mắt ánh nhìn
ban mai và đêm tối
vẽ lên vành môi bí ẩn chìa khóa nụ hôn
chót vót non cao li ti từng hạt cát
em là đảo hoa e ấp
cơn triều cuồng anh mùa mùa rạo rực
anh đếm giờ khắc
một ngày bằng trăm năm đi qua

chiếc bóng em mỏng manh đợi chờ đầu ngõ
hay cuộn len phồng lên óng ả tơ trời
như vị nữ tu thánh thiện
anh vùi trong ngón tay ấm áp dòng kinh nguyện cầu
những sợi len dự cảm vô tận
hạt giống Chúa gieo bầu sao lóng lánh
khảm vào đêm huyền vi

dòng nước chảy trong thân ta mát rượi từ mặt trăng
nghìn sau rọi tới
những viên đá trắng cùng anh lơ lửng sương chiều
võng cây ru giấc mơ ngày về
nấp sau cánh hoa áng mây nói lời em bối rối
tiếng đàn trầm nở làn hương em
anh thấy cuộc đời đang mọc

này em
dù nghìn sau thời gian dừng lại khi hai tay Chúa rã rời
ta sẽ xây tổ sống trên mọi hành tinh băng giá
bầu trời rạng rỡ nảy sinh nơi lồng ngực em
đàn chim dậy thì líu lo trên tóc em
gió vĩnh cửu reo vang trên đôi chân em dài hun hút
trong tiếng thiên cầm bay
bay.

20/3/2017

DƯỚI ÁNH SÁNG CỦA ĐÔI HÀNG NẾN

chiếc áo anh mặc sau cùng rất giản đơn
em tìm chi nơi cửa hàng may sẵn
bốn tấm mỏng tang
bốn tờ giấy trắng
đủ cất giữ hơi ấm
để tái sinh như ngày đầu tiên
dưới ánh sáng của đôi hàng nến

bốn tấm tã lót bọc tiếng khóc
hơi thở của em mỗi khi hết sức chịu đựng
cây thánh giá đè nặng trên vai
anh chào em
thanh thản ra đi
thanh thản sau chặng đường mỏi mệt

anh biết
đó là giấc ngủ sâu nhất chưa có được trên đời.

24/5/2017

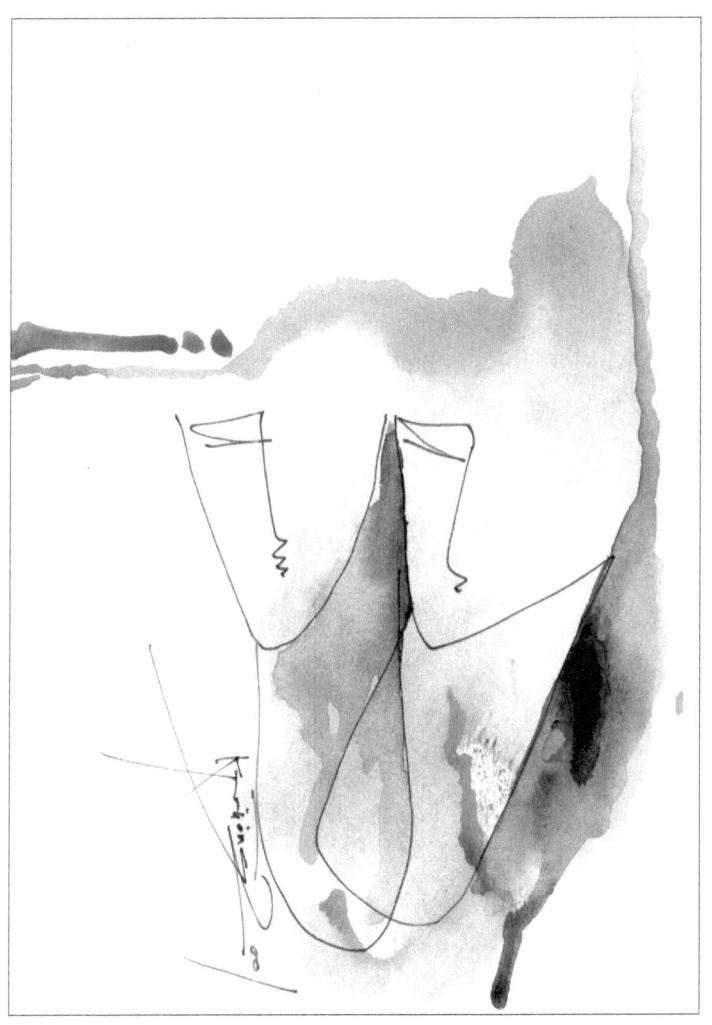

(Tranh họa sĩ Khánh Trường)

THẾ GIỚI CỦA NHỮNG GIỌT NƯỚC MẮT
(Với HTH)

trong cái bắt tay truyền nhau hơi ấm lần đầu
và những cuốn sách anh ký tặng
thế giới quanh anh là tiếng nói của đàn chim
nơi mảnh sân
trôi đám mây vô định

bó hoa anh mang về cắm vào bình sứ
thế giới lung linh làn hương
rất nhiều cánh mỏng
đêm ấy anh có trong muôn sao
thế giới bay cùng anh

anh nhớ lại quá khứ
thời ngọn nến
run rẩy
bên ngôi mộ khuya
thế giới li ti từng hạt cát

sự sống diễn ra trong mắt em
anh sờ vào đêm
đêm dài
anh sờ vào ngày
ngày rộng

anh như thân cây
em tựa vào cành lá
những dòng nước mắt trên gương mặt mùa hè
thế giới đang lăn và rơi.

10/6/2017

VIẾT LÊN MẶT SÓNG

Ai đã thay đổi cuộc sống của bạn

dòng nước trở về sau những chuyến đi
trong và sâu thẳm
nỗi đau mặn hơn nước mắt
hai bốn giờ đời người
một năm hay lâu hơn
rồi cũng thế

những con chim bắt đầu xòe đôi cánh trắng
tìm vỏ ốc dạt trôi
ngón chân
kiên nhẫn bám vào câu chuyện ngày tháng
giữa bốn bức tường lặng câm

nhưng anh chỉ là
cơn mổ xẻ
trắc nghiệm nỗi buồn
trước cuộc sống chẳng còn ý nghĩa
nhưng anh chỉ là
u u gió thổi
niềm tin mưa sẽ mọc rễ thịt da
làm thay đổi đời anh

nơi xa có bàn tay vẫy
chân trời mở ra từ lồng ngực
anh viết lên mặt sóng
nét cong cong hình một con người
của thế kỷ
mưa bão.

Viết trước ngày mưa bão, 24/7/2017

HỒI SINH

sự kiên nhẫn như liều thuốc hiếm thấy
kéo người đàn ông trở lại
người ta không nỡ nói hết những gì cuộc đời đã dành cho ông
định mệnh con giun con dế
tuổi thơ phải vác trên vai cây thánh giá
trong danh sách đồng loài
ông không có tên
quyền lực đốt sạch
thời đen tối
những đám tro than mù mịt
hệt nạn châu chấu ngang qua mùa màng

ông lủi thủi đứng ngoài cuộc đời may ra ai gọi
giữa danh sách lũ người sau chót
chốt lại
những năm tháng liêu xiêu lấy rác rưởi bụi bặm làm bạn bè
thân mật với loài chuột gián
ông là nô lệ
của nô lệ
niềm tin cây thước gãy đôi
từ lâu ông quen với cảm giác đơn lẻ
cái cảm giác luôn luôn treo ngược

một buổi sáng cuối năm 3017 ông được hồi sinh
khi tạo hóa muốn cho ông làm người

mây trắng lững thững trên đầu
cỏ quàng vai dưới đất
ông khoác áo cây thông kiêu hãnh lưng chừng núi cao
xem trang sách mong gặp Rô-mê-ô & Giu-li-ét
đội cái mũ chàng Hăm-lét
khi ý nghĩa sống trở về
ông đứng lên bằng ánh sáng trái tim mặt trời ấm áp tinh khôi
đi lại đôi chân cha mẹ cho mình
niềm vui sướng trong vòng tay tạo hóa
sau
một
nghìn
năm.

29/12/2017

TRÍ TƯỞNG TƯỢNG

từ biển mọc lên mặt trời nước
ánh sáng rơi từng sợi
làm anh nhớ phố tuyết đã xa
những con đường lạnh buốt ký ức
em lung linh ngọn nến trong cung điện mùa đông
khoác áo màu dạ thảo
chiếc lông chim trên mũ kiêu hãnh
như lá cờ vẫy gọi

hết dãy phố này là nhà em
hết mặt trời này là vòng xoay của trí tưởng tượng
hết mái tóc này là ngọn đồi bạch dương
trong rừng có loài linh điểu
anh biết những con chim xây tổ ở đó
anh biết vầng trán mọc muôn cây
khi anh chưa có mặt

cuộc viễn du nào cũng sẽ trở về đời thực
nơi em vừa đi ra
mọi ngôn ngữ dễ gì biểu đạt
em đã chối từ
như người ta xóa đi lắm thứ rẻ tiền trong phòng ngủ
lì lợm gắn vào
làm sao mà bao dung

trí tưởng tượng không mang nổi miền đất anh qua
nhưng nó giúp anh lợp lại ngôi nhà
sửa chiếc ghế đu dây
lúc mỏi mệt
giọt mồ hôi của ngày
như vệt mực chói chang
mặt giấy.

12/4/2019

SỰ NHẦM LẪN CỦA NGƯỜI ĐÃNG TRÍ

tôi chỉ là bong bóng bước ra từ cuống họng
bay vô định
tan cũng vô định
bởi giữa tôi và em hai thân thể hai bó đuốc chỉ cần một que diêm
là đến bờ hố đen
tâm trí tôi sở hữu đám mây nhẹ bổng
những nghi ngờ mọc từ giọt máu
cuồng loạn
nơi hang động trầm tích nhiều thiên niên kỷ
đang vỡ

tôi chẳng có gì ngoài ngọn nến mẹ cha cho
dễ dàng tắt
như khối đá treo lên mấy chục triệu năm mỏi mệt
bên trong tôi vốn chẳng có gì
chúng ta vẫn nói với nhau mỗi khi cơn dông bùng phát
tấm chăn đã nguội lạnh
những cánh mai vàng sẽ tàn
hương của nó bay đi chẳng thể nào níu kéo

chúng ta thành kẻ xấu nhất thế giới này
không thể nào tin
sự nhầm lẫn
khi mùi khói đám cháy của cánh đồng khô nghẹt thở
giữa cuộc đời có thật

có một con chim trên tóc em vẫn hót
mặt trời khôi phục ánh sáng ngày
rút từ đêm xõa trắng
mặt trời trong mắt em bừng thức
bấy giờ mới nhận ra tôi cùng cái bí ẩn từ một búng tay
em nói cuộc chạy trốn trên những chiếc gai nhọn
đã kết thúc.

Ngày nói dối, 1/4/2019

PHIẾN HOA HỒNG TRẦM CẢM

anh là hạt muối được vớt lên từ lòng biển
mặn trên môi em
như một phiến hoa hồng trầm cảm
chiếc gai biết nói
xuyên thủng cả nụ cười nước mắt
ngày ra đi
cuộc sống đã đóng băng trong cỗ quan tài trống rỗng

một nửa anh nằm đó
nửa khác chờ sau cuộc rong chơi chưa kịp trở về
cùng hạt bụi qua thời gian mất ngủ
bàn tay xòe ngón buồn
năm dòng thác ẩn dụ của trái tim đã lạnh
một thời luôn hoài nghi

chúng ta thường xuyên tranh cãi
như sóng vẫn thường xuyên tranh cãi với bờ
những nỗ lực cho cuộc đời vo tròn giống hạt nước trên
lá sen
tới khi rớt xuống
cái gì rồi cũng phải qua đi
nuối tiếc đều vô ích
khi thời gian đo bằng cây thước người thợ mộc

em đã đến
rất có thể em sẽ vuốt tóc anh như gió vuốt nhọn những cánh chim
về miền cô tịch
ta lại chuyển hơi ấm của nghìn kiếp trước
cho nghìn kiếp sau
nói lời tiễn biệt
bây giờ mọi thứ không còn ý nghĩa.

1/4/2019

THƯỢNG ĐẾ

sự ấm áp thượng đế dành cho loài người đã mất
đêm lạnh lẽo tấn công hoảng loạn
ngài cố gắng cời lên bếp tro khổng lồ không chút hơi nóng
chúng ta đành sống nhờ đôi tay mò mẫm của kẻ mù
chờ đợi kiếp sau
em vén những đám mây chẳng tìm được thứ gì

đen tối & đen tối
cõi sống đang rụng

lòng vẫn mang hy vọng thượng đế sẽ sắp đặt
như chúng ta thay đổi vị trí đồ đạc
trong ngôi nhà chật
khốn nỗi càng thay đổi càng rối bời bởi nó không là nó
không là thứ ông cha xưa để lại
chúng ta đã xé nát tờ di chúc ngàn đời
lấy lời răn hàng xóm làm thước đo lẽ phải
nước mắt khô thành bụi
nụ cười ve chai

em vẫn chờ năm mươi năm ngày 7 tháng 7 năm 2077
cuộc lột xác tạo ra hình hài đứa trẻ vô tư
chúng sẽ vẽ thời gian không gian
làm lại từ đầu vạch xuất phát cuộc thi
trên chiếc gối linh hồn thơm tho
những tia hồng cầu ban mai xòe nan quạt
đấy là tin yêu có thực

thượng đế là ai
chúng ta đón câu trả lời của thế hệ ngoài thế hệ
ngoài khu vườn nhỏ bé
ngoài chen lấn giành giật
ngoài cướp bóc hãm hiếp nụ cười tiếng nói
ngoài đọa đày hơn cả đọa đày
ngoài ngoài nữa
thượng đế chính ta

chúng ta lần nữa đặt vào tay thượng đế con người
gối đầu qua cơn buồn bã kiếp này
màn trình diễn sân khấu
khán giả diễn viên
hết thảy quen đeo mặt nạ của hiệu cắt tóc
khó nhận biết sự thật
đành trở về ngôi nhà đang sống ở thành phố ngã ba
nhiều khi ngỡ mình đã biến khỏi bốn nghìn năm trước
thành kẻ khác bốn nghìn năm sau.

24/10/2017

HẠT SAO BĂNG QUA CÁNH ĐỒNG KHÔ

nàng gánh quá khứ
trên vai mềm dọc ngang vết xước
con chim non từ trời cao
lao xuống vực nước mắt
tiếng thở nặng nhọc day dứt bên tai
sau những cuộc chạy trốn vô vọng hai đầu nam bắc
nàng làm lại từ đầu

chiếc kim ánh sáng đã cũ mòn
khâu những vết nứt mỏi mệt
những đứa con bào thai trên máng cỏ
lớn cùng ngọn gió lùm sim
đôi vai nhấc bổng cuộc đời

nàng làm lại từ đầu
giấc mơ khắc trên sông ròng ròng ký ức
mà bàn chân cứ đứng yên
không ai hiểu nàng bằng nàng hiểu
không ai yêu cuộc sống hơn nàng đã yêu
không ai mất mát giống nàng mất mát
sỏi đá lăn lóc mọi nẻo đường

đối diện bốn bức tường chua chát
nàng làm lại từ đầu với bao nỗi hoài nghi
người đàn bà của những gánh nặng
chiếc cối thời gian quay ngược
hạt gạo văng ra khói áo xay
như hạt sao băng qua cánh đồng khô
đốt cháy đêm.

15/1/2019

PHỤ BẢN CÁT

trái tim con mọi thời thuộc về cha
con luôn ở bên người
người của thánh thần giã từ khi con mới lên hai
cha vội vã xa ngôi nhà con ở
ngôi - nhà - nước - mắt
đêm đêm mẹ ngước nhìn mỏi mòn

trên đôi cánh trinh nguyên của người con đang bay
mặc những đỉnh núi khổng lồ
lô xô mây bạc
gió trải chăn nệm phẳng lỳ
con hòa vào linh hồn cát
những hạt cát nói với con về ranh giới đất trời
bùng nổ triệu vì sao lấp lánh

không thể hình dung ra gương mặt cha
người mang tình yêu vĩnh hằng giáng thế
con có thể ngắm cha qua dải ngân hà
qua tinh thể cát
nâng đôi bàn chân
lớn khôn

những đợt sóng rì rào con nghe tiếng cha vọng
nước thì mặn bèo bọt thì tan
đại dương mênh mông là vòng ôm của mẹ
cây thập giá mọc từ hai cánh tay
như ngọn sào cắm xuống bão giông
cát cho con đứng thẳng
trong ánh sáng thánh thần thiêng liêng.

16/12/2018

NÓI VỚI HỌNG SÚNG

(Tặng KTS Đặng Đức Dục
Nhân xem bức ảnh bác sĩ trẻ Piter lấy đầu bịt họng súng)

tao biết mày có mặt trong cuộc đời này từ lâu
cả những điều mày thích nhất
máu và nước mắt
khi mày khạc ra lửa
hàng triệu người ra đi
hàng triệu cuộc chia ly
hàng triệu đôi chân trên nạng gỗ
sự chết và khổ đau cho mày lên ngôi

cổ họng mày sâu hun hút
như hàm cá sấu
như miệng núi lửa
như hố đen bí ẩn giữa thiên hà
tao gặp mày từ chiến trường Đức Pháp Ý Nga Trung
Hoa Nhật Bản
miền Siria Iran Irac khói trùm kín đêm ngày
tao không ngờ chiều nay
nghiễm nhiên thảnh thơi trong bảo tàng lịch sử

tao cũng gặp mày với cái cổ xoắn cong trên tượng đài
nước Mỹ
các làng quê thành phố Việt Nam
bàn chân mày rải khắp
như ngày xưa cha ông đi tìm đất hứa
có một điều mày không bao giờ hiểu
không bao giờ thấy
không bao giờ biết
vì sao tao đưa đầu lọt thỏm trong cổ họng mày

tao chỉ muốn nòng súng kia biến thành chiếc bình xanh biếc
để cắm vào nơi đó những bông hoa.

12/12/2018

HỠI CÁC VỊ QUAN TÒA

tôi muốn chạm tới các vì sao
chạm vào bao la ánh sáng
muốn cất cao tiếng nói của mình khi không thể chịu nổi
ở cái xứ sở đầm lầy
như hồi kịch câm kéo chiếc phông che lại
người ra trong âm thầm người vào trong bóng tối

nếu bóc những lớp sơn hào nhoáng
sau chiếc áo nhiều màu
sẽ thấy bộ xương sườn của cơ thể chết
những chiếc xương xếp sắp như canh bạc nghìn tỷ(*)
ném vào lò lửa hồn nhiên

tôi muốn ca lên khi sự lừa dối đã tột đỉnh
không ánh sáng nào xuyên thủng mớ giẻ lau sàn
hỡi các vị quan tòa
đừng xử nữa
không còn ngôi sao nào
khi cần một ngôi sao soi giữa trời đêm.

14/11/2018

NHỮNG GHI CHÉP CẦN THIẾT

bàn tay đặt lên cuốn kinh
như bông hoa hàm tiếu
như năm nhánh sông cạn khô năm ngoái
trở về trong khát khao
hôm qua đã đọc
nguyện

câu chữ len vào giấc ngủ
con thằn lằn bò trong đêm
thiên đường đang ở đây
nơi cung điện mở ra nhiều tưởng tượng

lối vào không cửa
tất cả quét một màu hồng
chạm tới tột cùng trong suốt

ngọt lịm mùi táo
mùi rượu nho chưng cất nhiều năm
uống mãi
chẳng bao giờ hết
vòng ôm của tạo hóa ban cho

tôi thức giấc sau niềm hạnh phúc
câu kinh hay câu thơ
thanh
trong
hoa có thì
nở trên trang sách bàn tay.

4/10/2018

CUỘC ĐỜI CỨ MONG MANH TRÔI NỔI

cách bước chân thôi chạm tới
mùa đông
anh vội vã khoác lên mình áo hoa rực rỡ
kỷ niệm
cài sau hàng cúc

nghe mùa thu chầm chậm ra đi
chiếc lá dát vàng trên cao còn đó
nhưng ngày tháng vẫn đong đầy khung cửa
ngày tháng
của riêng ta

nơi yên lặng chỉ tiếng nước reo đùa
những chùm hoa ngái ngủ
với ghế đu quay tiếc nuối một thời
những bậc thang chênh vênh sự sống
như điều gì không ổn

ngồi giờ tý
chia tay giờ thìn
xe thồ chực sẵn nơi ngã ba
số phận
hơi ấm bàn tay hàng ngày đeo nhẫn cưới
thêm lần có nhau

nhiều khi anh nhìn trong mắt em
thấy đôi sao mở ra đêm trắng
niềm tin ta đã thắp
sáng hơn ngọn đèn dầu vĩnh cửu chong lên
mọi triết lý vu vơ
thiêu trước lửa tình

rồi em cuống cuồng chợt nhớ chợt quên
thảng thốt như căn nhà bốc cháy
ngày ấy giờ ấy năm ấy
cuồn cuộn sôi từng đợt sóng chẳng dừng
sao cuộc đời cứ mong manh trôi nổi
em hay là lá cuối thu đây.

2/10/2018

NAI VÀNG

Rừng Thu lá úa em vẫn chưa về
Rừng Đông cuốn gió em đứng bơ vơ...
(Trịnh Công Sơn)

con nai vàng bên triền núi xa
cất tiếng
trầm
buồn
như hồi trống gõ vào khoảng không trơ trọi
điệu kèn âm u
đập vào vách dựng đứng
tan

rừng xưa đã khép lá xưa đã úa
tiếng nai hay
tiếng người
lửa muốn bén vào thu
cơn gió nóng ngang qua thảng thốt
tôi nghe ruột thắt
kêu làm chi
làm chi

từng bước từng bước
đá khô khốc ngàn lưỡi dao
tôi ôm tình yêu trong tay
nhịp tim run lẩy bẩy
thu tàn
đâu đây
trên gạc nai vàng nhú lên mầm cây
thiên thần của niềm hy vọng.

28/9/2018

NHỮNG BỨC ẢNH LƯU TRONG TRÍ NHỚ

những bức ảnh chỉ lưu trong trí nhớ
tận đáy sâu
đôi mắt
trong bầu trời dày sương
anh không thể lấy
như người ta lấy ra vật kỷ niệm
tháng năm phủ lớp bụi mờ

cuộc đời trôi theo chiếc đèn lồng
tứ phía xoay tròn
xoay cả ngôi nhà chật
chiếc cầu thang gỗ chóng mặt
xoay tà áo trắng
bay
bay
bầy đom đóm đêm đêm lập lòe tình tự
vòm lá cong môi thắm mặt hồ

mùa thu khoác tấm voan mỏng mảnh
và chùm nho chín mọng
hơi ấm bầy chim ngủ lỳ dưới mái hiên
phả ra sau ngày mệt nhọc
anh ngồi bên ly nước không màu
hệt bức tĩnh vật
bốn bàn chân
nâng
thành cái giá
vẽ bông hoa đưa hương chiều qua

những bức ảnh biết nói
bây giờ đang ở đâu
ở đâu
mùa đã chuyển
ngày đã mới
anh vẫn hình dung bức ảnh đứng yên
anh vẫn thấy bức ảnh lóe sáng từng tia chớp
dán lên tường xanh bầu trời

29/9/2018

DỰ CẢM

trên đôi chân khát vọng
anh biết sự cô đơn lại đi con đường này
dấu hiệu mệt mỏi từ vết thâm hai khóe mắt
những dòng đêm qua anh đã viết
trong cơn mê
khi giấc ngủ còn nhiều mảnh vá

khát vọng sống khát vọng yêu khát vọng tự do
cuộc biểu tình ngồi bằng ngôn ngữ chết
anh biết ngày đang lụi
cái xác không thể mang nổi linh hồn
bồng bềnh trên năm nhánh sông

anh biết những cuộc lãng du vô định
không cứu rỗi vết thương
cuộc đời bày ra nhiều chiếc bánh vẽ
loang nhanh như nước qua tờ giấy thấm
như giọt mồ hôi trưa hè
như gió vào căn nhà trống

anh biết
đám mây giã từ bầu trời
dòng sông giã từ biển cả
chiếc lá giã từ thân cây
nhưng trên ngã ba thời gian chằng chịt vết chém
anh vỗ cánh cùng sự cô đơn.

21/3/2018

TƯỢNG ĐÀI

những tượng đài công viên
cái bóng của đêm
lửa chiến tranh đỏ như những ngôi tháp cổ
dòng sông máu ngập phù sa
ngôi nhà xương cá
bầy trẻ khát lời ru
những tượng đài trong công viên

hốc mắt khoét thủng da thịt
hố sâu ngập lụt tâm trí
tiếng kêu đáy ruột âm âm
cùi tay
nhớ ngón
hơi thở cây đèn dầu kiệt khô
tình yêu treo lơ lửng ngọn cây

một cái bóng đen
hai cái bóng đen
ba cái bóng đen
nhiều cái bóng đen
những tượng đài công viên dò từng bước một
lặng
im
trong thăm thẳm đêm
trên đôi nạng gỗ.

4/2018

TRANG SÁCH PAU
(Cho người yêu Pautopxki)

những trang sách Pau nở bông hồng vàng
trên gương em như mặt trời
ngoài vòng tay gió thắt
ngoài vòng tay mưa sa
ngoài vòng tay mịt mờ

trong vòng tay hơi ấm của lửa
trong vòng tay mật ngọt
trái đất quay quay quay

sao ta lơ đãng nhường kia
sao cỏ xanh không nở hoa trước ngõ
sao cung đàn cầm tan cùng dòng nước mắt

những trang sách Pau thao thức đợi chờ
như hiệu đính của trái tim
mùa xuân đang bỏ ngỏ.

7/3/2018

HOA SỮA ĐẦU MÙA
(Cho những người yêu hoa sữa)

chỉ một lần hoa thôi
hai mươi năm không quay lại nữa

con đường bạc phơ bên con đường óng ả
lá cây nguyên sơ
phố cũ giấu mình sau gương mặt đá lát
chiếc bản lề mở ra cánh cửa thời gian

trời xanh hơn trời xanh

nghe tiếng rao đêm làng Vòng
giật mình se se cuối tuần thứ bảy
mùi hoa thao thức
như mạch máu tinh khôi

thảm cỏ Cổ Ngư dẻo mềm cốm mới
hai mươi năm chưa dứt một mùa hoa
thu đã mấy lần sang
sân nhà mấy lần rêu đổi

hoa hay là chùm sao mọc trên vai áo

vốc ngụm hương thả vào mái tóc ngày ấy
Hà Nội chờ ai
sao hoa cứ thơm nồng.

15/10/2017

KHÔNG VÀ CÓ

trong khu vườn Bình an tôi lắng nghe
những cụm mây thốt ra giọt lệ
câu kinh - nến đỏ giữa lòng tay
người cha lao tù niệm sau cửa
song dày
có chuyến tàu không ga dừng
không người xuống lên vẫn đầy khoang chờ đợi
có cơn đau
sau nụ cười duyên thiêng
quanh tôi tà áo từ bi

dòng sông ngủ quên nhiều năm trong đất
không thể ứa ra làm dịu đi cơn khát bãi cát vàng
tôi lần chuỗi tràng hạt
hạt nào đánh dấu vệt bánh xe lăn khi tôi tập ra ngõ
nhiều gót chân nở hoa
thế giới này có thật không
tiếng em giãi bày có thật không
sao sự giận dỗi vô cớ vẫn là câu chuyện của ngày
như những vì sao lung linh nghìn năm
đã tắt
chợt bùng lên ngoài lời

quả thanh long mùa đầu thơm
vị Phật
cho tôi hành hương qua biển miệt mài tìm cõi
nhận ra mình hư vô
giữa cái rốn vũ trụ tôi có mặt
giữa ngàn sao san hô tôi bay lên
giữa giảng đường tôi kết thành viên phấn trắng
em hãy đặt thân xác lên đảo
vùi chôn trong áo quan vuông vức của gió
một mai gió chở tôi về.

6/5/2018

RỪNG SAO KHÔNG TẮT

dã quỳ
xứ sở mimosa
mặt trời nở trong tuyết lạnh
cây thánh giá mùa đông vụt qua lòng hồ
những bếp tro
ủ niềm tin
hạt của Chúa

tôi ôm hoa
hướng về những mũi tên tẩm thuốc
của linh hồn mục rữa
kẻ ganh tị bắn vào tình yêu
tôi nghe lá rụng rơi
trên thảm cỏ
hàng cây rung sau lần tróc vỏ

dã quỳ
hay tiếng hót loài chim đơn độc
hồi chuông giáo đường vạn thuở
thành đôi cánh bay lên
nỗi đau ngọt ngào
vũ trụ của hoa vàng
ngực áo

những mặt người sáng chói
đêm đen
rừng sao không tắt
dã quỳ
mùi hương mà đâu phải mùi hương
dòng huyết lệ đang chảy
bộ xương mọc những cánh hoa.

21/12/2017

BONG BÓNG

một cái cây hoang dã không thể đặt tên
chiều qua vừa đâm lá
giọt mưa từ đáy ngực

dãy phố nằm nghiêng
những cuốn sách mới chào hàng
phơi trần truồng như tấm gương
trên hè phố Đinh Lễ

mùa thu bước ra từ cổ họng
những chiếc bong bóng nhiều màu bay lên(*)
tôi
tan
sau hơi thở nặng nhọc

như một kẻ tuyệt vọng tôi lượm những hư vô
giữa cõi thực
gặp vầng trăng mọc muộn.

Hà Nội, 29/10/2017

(*) Trò chơi trẻ em thổi xà phòng thành bong bóng bay.

BI KỊCH HĂM LÉT

bông hoa xấu xí đặt trong chiếc bình đêm
thứ nghệ thuật sau cùng tôi trau chuốt
thưa ngài chủ nhân của bóng tối
vệt sẹo che chắn không ai có thể nghi ngờ
với nỗi đau thắt nút

khoảng trống mênh mông càng mênh mông
bầu sương bi kịch Hăm Lét
tôi hình dung gương mặt thanh thản người đàn bà
cuộn trong tấm áo choàng đen thoáng hiện đôi chân
trần
cánh hoa đỏ như giọt máu vỡ
giữa mùa hè miên man

bóng rũ rượi đính lên tường lặng thinh
nàng thở hơi thở lóng xương khô đáy huyệt
mạng nhện đã tỏa hình rễ cây thưa ngài
lạnh và buốt
tiếp sức cùng ánh chớp thanh gươm

tôi nói với giọng trầm của núi
đứng thẳng bằng sự độ lượng
người ấy là ai
nhìn mơ hồ mà không thể hỏi thưa ngài
để mỗi khi âm thầm nhớ
nàng hiện.

6/5/2019

NĂM MƯƠI NĂM SAU

em đến không sau năm mươi năm
nơi anh nằm thăm thẳm cỏ bình yên
tóc và mây thi nhau trắng xóa
mây rồi sẽ bay
tóc em thì dừng lại
đừng khóc làm chi
mà cũng đừng buồn
chẳng có gì dài lâu chẳng có gì vĩnh viễn

trời tròn trên đầu như trời em thấy
nhưng còn đâu mảnh trời ngày ấy
mảnh trời chăn ấm hai ta
chiều khờ dại ngây ngô như ta khờ dại
như dòng sông dày thêm sương khói
như biển nâu xa kia trở gió
như đôi chim nhòe cánh mùa thu
như lối phố anh đi
như quán sách em về
như gót chân bé nhỏ
như vòm hoa sữa nao nao
như nụ hôn không khi nào khô héo
vẫn theo ta da diết sóng Tây Hồ

cái điệp khúc không thể nào quay ngược
kẻ khác ngồi trên ghế đá ta ngồi
bóng mát cũng trở nên hoang hoải
ai đưa em về lay phay mưa rơi
ai đưa em về đường dài chơi vơi
hãy trồng lên mồ anh
cây thông của bàn tay vết cắt
một vết cắt thành sẹo ái tình
những bài thơ mơ hồ sao giăng bối rối
như hai ta đắm đuối
như ánh chớp cây cầu tạm biệt đêm đêm.

Hà Nội, 29/10/2017

CUỐI CON ĐƯỜNG
(Tặng Hoàng Quang Đông và bạn bè thân thiết)

con đường ra bến không trăng
thẫm đen mái tóc em xòa xuống
anh bước những bước chòng chành
nào biết gì đang chờ phía trước

phía trước ảo mờ gió thổi
dõi vào ký ức tuổi thơ
anh níu chặt bàn tay mẹ hiền ấm áp thuở lên ba
lần từng bước đi ra bờ giếng
nơi nguồn nước đời anh không cạn
sinh sôi bao chuyện thần kỳ
có nàng tiên áo trắng
có con rùa vàng con bống con bang

bây giờ đường ra bờ sông vắng lặng
cái rét khuya
giọt sương khuya
sợi tóc khuya trên đầu anh run rẩy
nỗi u hoài làm rỗng cuộc đời anh
bên em anh là đứa trẻ lên ba
nào biết điều gì đang chờ phía trước
ngày mai rồi nắng hay mưa

đêm thẳm đen mái tóc ngây thơ
sẽ chẳng bao giờ yêu sẽ chẳng bao giờ ghét
sẽ chẳng bao giờ nhớ sẽ chẳng bao giờ quên
anh - cái ngắn sóng số không tiêu tan cùng bọt nước

nhưng với anh em là hiện hữu
như cuối con đường sẽ gặp dòng sông
như qua sông sẽ gặp cánh rừng
như hết cánh rừng trập trùng núi biếc
như cuối con đường trước anh và em có hai người thao thức
hai dải ngân hà loáng thoáng vừa lên
ta bên nhau chòng chành ảo tưởng
chòng chành tuổi trẻ mộng mơ
chòng chành bóng mẹ ngày xưa
em phủ lên người anh mái tóc thơm mượt óng
hóa thành đất ấm
đắp cao nấm mồ tình yêu.

SỰ XẢO TRÁ
ĐANG NGỰ TRỊ LÊN MỖI SỢI TÓC TRẮNG
(Thân tặng nhà văn Nam Dao N.M. Hùng)

tất cả chúng ta
đã bị dẫn vào hẻm cụt từ lúc chưa sinh
đêm nay không trăng
chúng ta lấy làm hoan hỉ ôm nhau trong bốn bức tường
câm
một ngôi nhà ánh đèn vừa đủ cho lối đi
sao khỏi va vào nhau
không nhầm lẫn lần đầu gặp

chán ngán chuyện ô uế hàng ngày diễn ra trên tờ báo to
đứa trẻ vừa bị kẻ hãm hiếp nơi ngã ba thành phố
muốn đi tìm lại cái bản mặt thật mình
cho ngày mai kịp đến với cõi thiền ngôi chùa cổ
những viên ngói mở mắt nhìn

đêm tối dần
như rơi từng mảng bồ hóng
chúng ta không thoát khỏi sự lừa phỉnh chặng cuối
như cốc rượu làm vặn vẹo ý nghĩ
hớp từng ngụm khí trời
ám ảnh về những cơn mê

cái thẻ bài nhà tu hành nói với tôi
anh là anh không là ai khác
chính anh đã làm nên cuộc sống của mình
còn bạn thì sao
hỡi người bên kia nửa trái đất
bạn học được gì khi sự xảo trá đang ngự trị
lên mỗi sợi tóc trắng chúng ta.

26/4/2019

MÙA THU ĐÊM

lần đầu anh nhận ra đôi mắt em
trong như Hồ Gươm
khi anh ngang qua phố sách
rất nhiều trang sách đã ngủ
chỉ còn chiếc ghế gỗ thơm thơm mùi người
một ngôi nhà dựng tạm đánh đố trẻ con tìm lối ra
chúng ríu rít gọi nhau tiếng chim buổi sáng

lần đầu anh nhận ra mắt em sau cánh cửa
góc trời riêng để ngỏ
kỷ niệm xa xưa thời học trò
ngày ấy đâu rồi người ấy đâu rồi
ngôi tháp sừng sững dựng bên trời ngọn bút
để lại dòng tên bí mật

lần đầu anh nhận ra mình vẫn là em bé
lóng ngóng màu áo mới mua
mặt gương soi nhảy nhót
cuối phiên chợ nghèo
trong ánh nhìn yêu thương của mẹ hiền
anh biết đó là ảo
hơn vạn lần hiện thực

đôi khi anh nhìn vai anh
có chú ve tinh nghịch kể chuyện mùa hè
dù đang giữa mùa thu của những cặp tình nhân
họ hôn nhau đắm đuối
Hà Nội là thế
mặc cây cầu Thê Húc đỏ như cầu vồng
in xuống mặt hồ lung linh

em không tin tình yêu vĩnh cửu
nhưng tình yêu không đồng nghĩa sự phản bội
hoặc đảo điên
anh đi vòng quanh bờ hồ đêm nay
em đang khoác lên đời anh
người đàn ông mang trong mình nhiều tật xấu
nghe mùa thu lần đầu rúc rích trên môi.

22/10/2019

RƠI

Mùa hè nhớ tới phượng
từng ép phẳng thời học trò
bên cửa sổ đơn sơ chú mèo hong nắng
cũng như tôi ngồi lặng thinh
có phải chúng ta đang bị cầm tù giữa bảng chữ cái
ở hai đầu thái cực cuộc sống
tôi muốn rời nơi đây ra với chú mèo
đôi mắt chú suốt trong vô thức

những bông màu đỏ
nhắc ngày tháng ra đi
tôi tìm lại cuốn vở cũ chỉ thấy nét mực khô
cánh máu rơi rơi điệp trùng
thử ép mình lên trang sách cuộc đời
để trăm năm sau gặp lại
dẫu hy vọng như chú mèo con hong nắng
trước sân trường cô độc
rơi.

8/5/2019

SƠN ĐOÒNG

dải lụa trắng trinh
vắt ngang thân thể bầu trời
như hạt giống khát mầm mọc trong đêm
tôi chào đời từ vành nôi huyền ảo
bản hòa tấu Sơn Đoòng ngân rung năm ngón tay

trái tim trầm tích
bầu sữa nuôi tôi cùng bóng tối hoang vu
ngọt đến muôn sau
cuồng loạn
cơn trở dạ

đêm liêu trai trong veo mắt mèo
đêm tình yêu giáng thế
những con cá sáng lên bảy sắc cầu vồng
phơi mình
trên cát

chẳng ngôn từ nào mềm hơn bờ môi đá
thế giới của tôi dang cánh mùa hè
trên thịt da kỳ vĩ Sơn Đoòng
vô biên
đang hóa thạch.

22/5/2019

GỬI K
(Trò chuyện với nhân vật trong tiểu thuyết Kafka)

đừng tranh cãi K ơi
để làm gì giữa chặng đường uẩn khúc

trái đất giờ nhỏ hơn mặt trăng
mọi lực hút trở nên vô nghĩa
mặt trời dần xa
sải cánh thôi chìm trong bão táp

không phải đứng bìa rừng ngắm nhìn
ngày đĩa dầu hao

sải cánh là mây dăng bốn mặt
tích tắc kim đồng hồ
đã băng qua núi
ta đi mà về
tan cùng nước lũ
ngơ ngác lạc vào thế kỷ
rốt cuộc rồi chẳng còn gì

đọc làm chi K
những lời vỏ ốc
dẫu chúng ta xếp sắp lại ngữ ngôn
ký tự vẫn như ván thuyền ruỗng mục
sáng trong ư
cũng phải hầu tòa
biết lúc nào ta mới nhận ra nhau
mơ ước thành vô tận

khắc khoải chỉ vô ích
khi thế giới đang hoảng loạn.

15/5/2019

ĐÀ LẠT VỚI BÙI MINH QUỐC
(Tặng Trần Ngọc Trác và Đỗ Công Tiềm)

hoàng hôn
đỏ như những cốc rượu vang
xả mặc xuống phố
tôi trò chuyện lăn tăn với sóng hồ
mặt nước trở trăn điều gì
giọng trầm lắng nghe khàn khàn mệt mỏi
Đà Lạt thế đó

cái nhìn cũng hóa bùn nâu
cánh cửa từ lâu quên phận mình khép mở
đi mãi
tìm đâu ra hạnh phúc
lặng thinh sao giông bão xoáy mái tóc chiều
cuộc đời thăm thẳm mà cứ cô đơn
tháng ngày đang rơi
như con thú lang thang nhớ rừng

chú ngựa lốc cốc bộ móng đã mòn
tất cả chìm dần nơi thung lũng mối tình xưa
rặng thông vi vút gọi
năm trước
mùa hè
hình như có người lên đây
áo bạn vàng chút nắng
giờ thì sương đã kề
trên mắt bạn một hạt cườm trôi.

28/5/2019

CHIẾC GHẾ VÀ CHÚ GẤU BÔNG

tôi thường trở lại nơi đó
qua bậc tam cấp rẽ phải cạnh hồ nước
ngồi vào một trong bốn chiếc ghế

tiếng nhạc phát ra từ cái loa thùng giấu trong tường
cô bé hồn nhiên bên chú gấu bông
giống như đôi bạn thân thiết
chuyến xe lăn bánh không thể đợi
thành phố này quá nhiều cuộc hẹn hò
anh xế vẫy tay chào những bông cỏ lề đường

lần này thì khác
mình tôi với ba chiếc ghế
ba người bạn chưa kịp đặt tên
đồng hồ báo chín giờ
rồi thêm giờ nữa
tôi biết chiếc ghế nhắc rằng anh đã quên
hôm nay không là thứ bảy

mình đã nhầm
đêm qua bé ngủ tay đang ôm chú gấu màu nâu
với cái răng khểnh
nụ cười trong mơ chớp sáng
như đường vân chiếc ghế.

13/6/2019

HAI BỐN GIỜ CỦA TÔI
(Với TS Nguyễn Thế Hùng)

"anh là ai trong sáu giờ hôm qua
và hôm nay"
giật mình chưa người nào hỏi vậy
tôi không kịp trả lời
hai bốn giờ
tôi lang thang trong sâu thẳm mịt mùng
như tan với mịt mùng sâu thẳm
đi xuyên qua nhiều đám mây sũng nước
những tia nắng ban mai cùng bóng đêm phía trước

tôi chuyện trò với đám tinh vân
nốc từng ngụm gió
gặp đàn ong xây lâu đài vo ve tìm mật
chim mẹ từ đâu tha mồi về rối rít bên lũ con
chùm nho chín đợi bàn tay đến trẩy
trốn chạy trước cơn mưa đá bất ngờ
ngói trên mái nhà như tấm áo có nhiều lỗ thủng
tất cả đều quay
và quay

tôi thấy vòm trời cao thêm
các vì sao giăng lưới vớt trái đất quá nhiều ẩm mốc
từng mảng vỡ ra không ngó ngàng chăm chút
giống chú cá tróc vảy
bốn đầu dây
hai bốn giờ tôi ngỡ mình không chút đổi thay
thật ra tôi đang nhào lộn chóng mặt
làm nên vũ - trụ - kép
với một cái tôi rất khác.

10/6/2019

THÉP KHÔNG GỈ
(Tặng nhà báo Phạm Phú Thép)

em vác mái chèo viết lên trời rộng
mong mai mưa sẽ về
gương mặt gặt hái chằng chịt nứt nẻ dấu chân chim
như cánh đồng khuôn ngực dọc ngang vết mổ
trái tim hình hạt lúa
tôi thương em như rừng thương cây

cuộc sống cứ vần xoay
tình yêu thì thật giả

chiều xám bờ đê
cái lưng cong cong dáng bão
cơn giông bất thần khi mùa xuân không còn
mùa thu giã từ đất
trong mắt em ánh lên thanh kiếm sắc
tôi nói em là thép không gỉ

đôi tay em sợi dây dài
đôi chân em hai cánh bay không lúc nào mỏi mệt
bỏ lại đám mây với gió sau lưng
sông Gianh phân chia thời Trịnh Nguyễn chẳng dừng
nước mắt tuôn ra biển
tôi gọi thép không gỉ.

20/6/2019

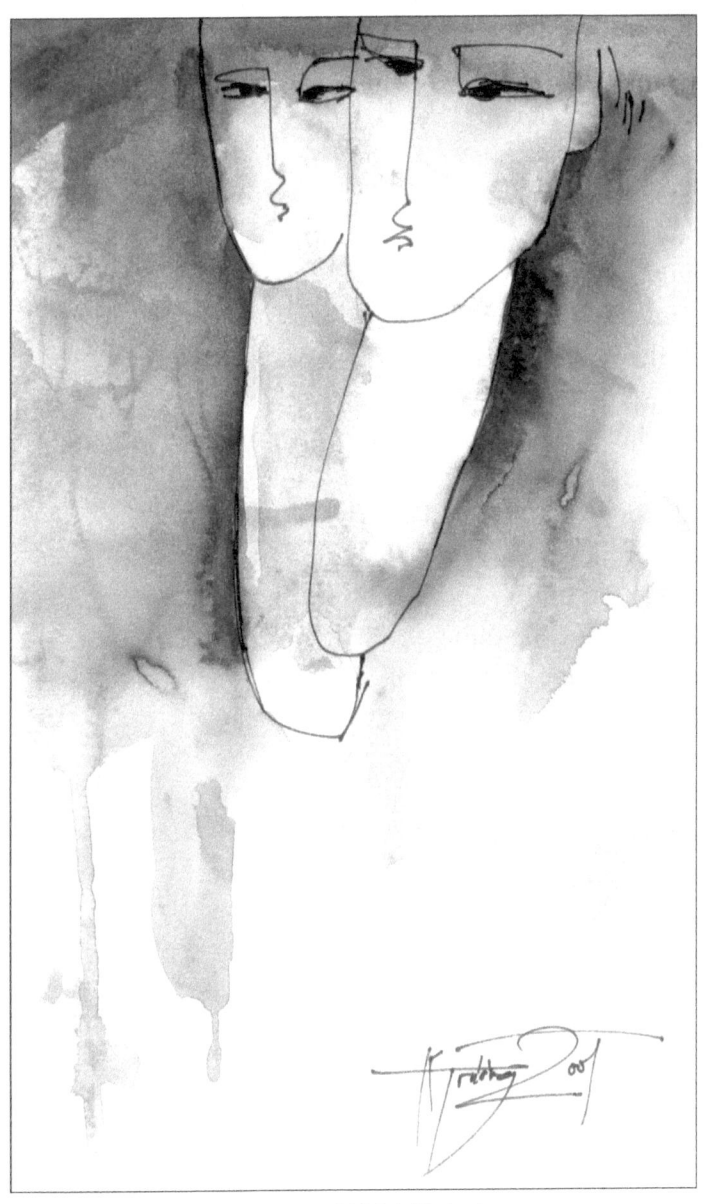

(Tranh họa sĩ Khánh Trường)

WALT WHITMAN - TÔI ĐÃ GẶP ÔNG

năm 73 tôi gặp ông
hàng thông bách tán lừng lững người khổng lồ
đổ bóng lên mái ngói cổ
ông rất trẻ
giống hai tám chàng trai
vùng vẫy trên sông Hồng
Walt Whitman

tôi nhút nhát chú mèo con
trước sân tu viện
các tín đồ đều ngoan đạo
không hiểu ngôn ngữ để làm gì
vì sao gọi tự do
con người cũng được quyền đi quyền đến
đại thể chẳng biết mình là ai
nhìn thấy bút ông sột soạt trên mặt giấy
như vầng dương mới mọc

tôi bò lăn chép và ghi
mỗi lá cỏ nhú lên đám lưỡi xanh
mỗi con sóng kết thành lọn tóc
sao đức cha dạy chúng tôi
chiến tranh đẻ ra súng đạn
súng đạn đẻ ra con người
con người trung thành với cái chết
những viên ngói tu viện he hé một vòm trời

tôi gặm chút tia sáng lọt qua khe hở
khác nào tên tử tù thèm ánh ngày
Walt Whitman
chỉ vài giờ nữa thôi tôi biết cửa đóng then cài
tiếng chuông sẽ rung
máu sẽ vỡ
vũ điệu hàng thông sẽ ngừng
mọi ngọn đèn rồi cũng lịm tắt

nhưng các trang sách Walt Whitman
đã xuyên thủng
bức tường chắn ngang
nụ cười ngạo nghễ hồn nhiên từ chùm rễ tua tủa
sau đám mây lộ khuôn ngực người đàn bà
chòm râu pha lê trắng muốt
của ông.

Nhớ những năm học Trường viết văn trẻ Quảng Bá.
21/6/2019

TẤM THẢM ĐÁ

Gió như bản hòa tấu
những lọn tóc reo trên vầng trán cát mênh mông
gương mặt thánh thiện của đêm
nghiêng bên Ghềnh Ráng
tấm thảm đá trắng trinh trải ra biển rộng
thiên thần đang bay
em đó ư
anh đã nhận ra em là ai
Hàn đổi tình yêu mình bằng cái chết
nhưng Hàn không chết

chết là khởi đầu cho kiếp sống vĩnh hằng
chầm chậm
anh sẽ viết cho em những vần thơ
điên loạn dưới chân yếu liễu
vì anh là gió làm rối tung cuộc sống em
không cho em thở
anh không thể không hôn lên đôi môi mỏng mảnh kia
dù chưa kịp quay về thôn Vỹ
hàng cau in hình ngây thơ

đâu đó người ta khóc anh
xin em đừng khóc
đâu đó người ta kể chuyện ngày cuối của anh
xin em đừng kể
đâu đó người ta cho anh con hủi ghê tởm
xin em đừng tin
anh bắt đầu nơi em
nơi gót chân nhẹ nhàng đặt xuống áng mây chiều
nơi sợi tóc quấn quýt mảnh trăng dịu dàng mùa hè
trong đôi mắt người đang yêu
anh có mặt.

23/7/2019

CHUYỆN Ở PHÒNG TRANH

năm giờ
cánh cửa phòng chị sẽ mở
rạng đông ngày mới trong hơn pha lê
chỉ có tiếng họa mi vẽ lên đám mây trắng muốt
những ngọn núi cao thanh khiết
in bốn phía lòng hồ
miền thủy mặc

như con mèo hoang âm thầm bói cá
đã nhiều lần như thế
tôi lặn sâu thung lũng người họa sĩ
tận đáy phác thảo ghồ ghề
màu đỏ nóng ran kia khởi đầu nguồn sống
nhiều nét cong đài các trên cơ thể người đàn bà ít nói

tôi biết tình yêu của chị khác với giai điệu thường ngày
một đời dành cho người xem
dù họ chẳng là gì cả
những bức tranh lấy dần từng mảng thịt da
không biết lúc nào trở về bản thể
chị không muốn ban phát
ghét nhất sự ban phát
chị vẽ mình
hư vô giữa trần gian

sáng nay chị mở cửa
tôi xấu hổ bởi ý nghĩ kẻ cắp
giá mà mình được một bức như báu vật chị giữ gìn
lạ chưa
lời từ rất xa rất xa vọng tới
nó thuộc về anh
từ lâu anh đã làm nên điều kỳ diệu.

2/8/2019

HOÀI NIỆM

anh uống từng ngụm mây
vắt ngang chân trời
nắng táo thơm vừa chín
quệt lên cây
bóng chiều bảng lảng
in xuống rặng trâm bầu quấn quýt
thảng thốt cánh chim bay lạc

những ngôi sao mọc sớm
đắm mình trong biển nước mênh mang
nét mi cong cong
thanh tao và bình lặng
hai cánh tay bọc lấy yêu thương
anh là đứa bé sinh ra trên đảo san hô
thơm dòng sữa biển

chạm vào mũi thuyền thanh thanh
mềm ấm
vầng trán nước dịu dàng
bãi cát phô bày trang sách
từng chương
hoài niệm
tiếng sóng hay tiếng tự do vỗ lên bờ
anh đọc khi mùa mưa về.

9/8/2019

LẠC LÕNG

ấy là khi mọi vật bước vào giấc khuya
sau ngày lao lực
cuộc đời tất thảy đã sắp đặt
con thạch sùng dán lên trần mã số
sao riêng tôi
chuyện gì cũng khác

đi và đi
mỗi bước đặt vào chốn cô độc
mảnh trăng ôm thân cây
những chiếc lá trong suốt
ngón
ngón
gầy

tôi nghe rất rõ tiếng động mặt đường
rẽ trái
tìm nhà người chưa gặp
địa chỉ không số
phố
không tên
ở đâu giữa vết thương mới thành hình

tôi biết mình tiếng chim lạc lõng
mùa buồn.

16/8/2019

TÔI LÀ AI

tôi im lặng giữa bốn bức tường chật hẹp
ánh sáng lùa vào như giấc mơ sau tiếng rít ổ khóa vang lên
đã từ lâu trái tim vắt kiệt dòng máu cạn khô
mọi thứ đều vỡ tan từng mẩu vụn
không được nhìn không được nghe không được diễn giải
tôi quên tôi
chẳng rõ mình là ai

nguồn sống tôi ơi người đang ở đâu
thượng đế của hồn tôi khát khao tận cùng thế giới
tia chớp ấy bao giờ trở lại
tôi muốn là con chim ưng mang sứ mệnh bầu trời
trên đôi cánh dũng mãnh
nhưng cái trò chơi xúc xắc chẳng buông tha
giống người đàn ông vô tâm không biết nói để làm gì

tôi thấy tôi đã chết
còn bóng chiếc hòa cùng cây lá đang reo ngoài nội.

10/7/2019

CÁT THỞ

1.
nắng dậy sớm hơn mọi khi
thả mùi hương lên trời trong trẻo

2.
chim bói cá đêm qua không ngủ
trên nóc thuyền cô đơn

3.
những khúc gió
di dời từng đụn cong mềm ngất ngưỡng

4.
nữ thần khổng lồ hiện bên bờ đại dương
ánh sáng kết thành vương miện

5.
sự uyển chuyển thánh thiện của cát
đôi chân trần đang thở.

22/8/2019

BÔNG HỒNG ĐEN

Tôi thấy lũ thiêu thân trước ngọn đèn
ngã xuống kết một vành tang
bông hồng
bông hồng đen
hồn nhiên mối tình đầu trong sáng
ở đây hoặc mọi chốn
liếp tranh nghèo hay chín tầng cao ốc

từng cánh
từng cánh rơi
cái chết không ai muốn dù quyền uy hay dân dã
trái tim trong xanh kiêu hãnh
như hồi chuông vĩnh biệt
hồi chuông khởi đầu
hạt từ bi gieo cánh đồng thiên thai

tôi vẫn thích màu đen
nghe lời hoa líu lưỡi
khúc dương cầm ngân rung ngày hờn dỗi
tiếng linh miêu đục thủng mái tôn
lửa thét gào
gió mang tro hạnh phúc
bay
trong vòng tay dạ hương dìu dặt

lát nữa thôi
bông hồng đen biến mất
chỉ còn ngôn ngữ hòa bình
chúng ta hằng mong sau các cuộc chiến tranh
sự ngọt ngào đôi môi
& dòng nước mắt
chảy thành những vì sao.

9/9/2019

TẢN MẠN VỀ NHỮNG CÁI CHẾT

Em sẽ níu bàn tay chìa ra
khi dòng xoáy vô hình
nhấn chìm em tận đáy

mười lăm ngày không giọt nước mắt
mười lăm ngày điếc giữa bầy đàn
mười lăm ngày nín câm

những dòng xoáy đục ngầu
những dòng xoáy thẫn thờ giấc mê
những dòng xoáy lạnh lùng
em đang chết đang chết

đừng bận tâm làm gì
ba chín người đang chết

người ta có thể đánh đổi cuộc đời
để lấy niềm tin
không ai đổi niềm tin mua sự quay mặt
những con mắt mèo biết nói
chúng kêu đến kinh hoàng

em có thể khổ vì anh

có thể vì em anh khổ
chuỗi đời lê thê kéo ra hơn thế nữa
anh bận tâm làm gì

làm sao thế giới sống lại
những câu thơ nhân từ
không xuyên thủng containe vô cảm.

4/11/2019

MÙA THU ƠI

Mấy hôm nay mưa nhẹ, không gian tĩnh mịch dịu dàng. Tôi biết mùa thu thực sự đã về.

Tôi không có ý định và chắc chắn khó níu được chân mùa thu. Dù, với tôi mùa thu trong sáng đến nhường kia, sâu thẳm đến nhường kia, ngọt ngào đến nhường kia.

Tôi vẫn thường ngồi rất lâu trước thảm cỏ mượt, bất kỳ nơi nào, ngồi - thẫn thờ ngắm những bông cỏ dại đang treo lóng lánh những tinh cầu nhỏ - hạt sương neo tận hồn tôi.

Tôi muốn trò chuyện cùng mùa thu, trò chuyện với vĩnh hằng của sắc đẹp thanh khiết. Tôi hữu hạn. Mùa thu thì vô cùng.

Tôi nhớ có lần trong đêm sao dày, một tinh cầu đã chạm vào môi tôi.

Mùa thu, người là ai, sao người không sinh ra trước khi tôi chưa ra đời hoặc sau khi tôi đã mất?

Giá như tôi không biết mùa thu là gì, chưa bao giờ gặp gỡ.

Giá như tôi là đống cát vô tri, mặc cho người đời xới tung lên, hoặc biến thành chất liệu để xây lên nấm mồ nào đó.

Giá như...

Mùa thu ơi! Liệu người có bằng lòng khi tôi đối thoại ở hai phía của không gian và thời gian?

Liệu mùa thu có ghét bỏ, rằng con người thật vô tích. Tại sao một người như tôi lại đối thoại với vĩnh hằng? Một con người mà tạo hóa đã quy định rạch ròi thời gian sống, cái khoảng cách trong hư vô, cái quyền được làm "tôi" trong hạn hẹp.

Liệu mùa thu có phẫn nộ và cho rằng: con người sao ngớ ngẩn dám đem mình để sánh với thiên nhiên, với cả vũ trụ sinh thành, cô kết.

Đã rất lâu, rất lâu tôi muốn ngỏ với thiên nhiên huyền diệu ấy. Tôi tin sự huyền diệu của thiên nhiên sẽ hiểu tôi một cách lặng lẽ, tường tận, mà giác quan người đời không tài nào cảm nổi.

Tôi muốn đôi mắt của mùa thu luôn nhìn tôi trong vẻ đẹp diệu vợi ánh lên, đã một lần tôi thầm gọi "Donna Cácmôla"(*).

Trong màu biếc của ánh mắt, tôi như đứa trẻ bơi mãi mà không bao giờ đến được bến bờ.

Trong màu biếc của ánh mắt, tôi không còn cô đơn trên hành tinh chật hẹp.

Trong màu biếc của ánh mắt, tôi đã chết và tái sinh, rồi lại chết để được nhiều lần sinh nở.

Có lần tôi nghe tiếng gió thì thào tự ái của mùa thu, với những điều vô cớ làm tôi rung lên, xúc động, bàng hoàng...

Bây giờ người làm gì hỡi mùa thu?

Mưa vẫn rơi nhẹ nhàng. Tôi sung sướng để cho muôn hạt mưa phủ lên tóc, lên môi, lên mặt.

Trong sự kỳ diệu tôi nhận ra mình, vui hay buồn, và nhận ra sự khác biệt.

Một dòng sông êm ả chảy qua tôi, bồng bềnh huyền ảo màn sương khuya. Một ngọn đèn con ướt át như từ nghìn trùng rọi tới, soi cho tôi đặt bàn chân lên cõi vô cùng. Một tiếng chim ứa ra từ nước mắt, rồi vụt tắt trong im lặng đất trời.

Mai sau, khi tôi không còn, cỏ sẽ mọc lên thi thể. Cầu vồng mùa thu sẽ bắc ngang trên nấm mồ hoang dã.

Mùa thu còn đó. Ngọn gió thảng thốt, hồn nhiên thổi ngược sườn đồi, qua các hàng cây tương tư rủ lá.

Bước chân mùa thu dịu dàng, trinh trắng đi qua chỗ tôi nằm...

Còn bây giờ, hỡi mùa thu vĩnh cữu, tôi đang chìm trong người, trong hạt mưa ấy, khói sương ấy, mùa thu ơi!

(*) Tên một truyện ngắn của Quách Mạt Nhược

Phần thứ hai
DƯ LUẬN

THÁP NGHIÊNG VÀ NỖI ÁM ẢNH BỞI ĐÁM MÂY LƠ LỬNG

TS. Đỗ Nguyễn Việt Tư (1)

Trong con người cũng như trong vũ trụ luôn luôn hiện diện một mâu thuẫn bất biến, nhờ cái mâu thuẫn này mà nó tồn tại, phát triển và trở nên thống nhất. Con người luôn đi tìm chính mình, tìm âm bản của mình trong một cuộc phiêu lưu vô định, không bao giờ bằng lòng với những cái đã có, bản ngã lúc nào cũng thôi thúc sáng tạo để tìm ra cái mới. Nhà thơ luôn đồng hành với cuộc phiêu lưu của những con chữ để đi đến những miền đất lạ, những vùng cảm xúc.

Hội họa nói bằng màu sắc và âm vang của những khoảng trống, kiến trúc nói bằng đường nét hình khối, thơ nói bằng lời. "Khởi thủy là lời". Mỗi nhà thơ đều có một giọng điệu riêng, ngân nga rung động theo từng cung bậc cảm xúc, do trực giác nhạy bén và vốn sống dày kinh nghiệm, trải nghiệm để đi đến linh nghiệm. Thơ là một cuộc kiếm tìm gian nan và tráng lệ, vật vã và cay đắng nhưng cũng huy hoàng và hạnh phúc. Nước Pháp phải có 100 năm cho thơ đi từ hiện thực lãng mạn đến siêu thực. Việt Nam đi sau nhưng sải những bước chân dài và nhanh tưởng chừng quá sức của mình để đi đến siêu thực, cho nên món ăn này chưa thể làm vừa lòng ngay khẩu vị của người đọc và công chúng.

Đừng nói người đọc ngày nay quay lưng lại với thơ. Thời hiện đại với nhịp sống công nghiệp có quá nhiều thứ để giải trí đốt cháy thời gian bằng sân khấu, điện ảnh, các phương tiện truyền thông, du lịch, âm nhạc sôi động, mạng Internet, trò chơi điện tử... đã làm cho thơ giảm đi rất nhiều giá trị độc tôn trong lòng độc giả, đó là một sự thách thức lớn lao cho thơ nhưng đồng thời cũng là một cơ hội, một điều kiện bắt thơ phải khác đi, phải hay lên, phải vận động không ngừng.

"Tháp nghiêng"(2) và "Đám mây lơ lửng"(3) của Hoàng Vũ Thuật cũng không đi trệch ra ngoài quỹ đạo của thơ hiện đại với guồng quay bất tận không ngừng của nó.

Nhiều khi để cảm nhận và giải mã thơ, ngoài trực giác người đọc phải dùng đến thấu kính lấy ra từ miền siêu tiềm thức, để soi rọi những chiết xuất lung linh của ngôn từ mà tác giả biểu đạt, và người đọc đồng sáng tạo với nhà thơ là một. Từ "Tháp nghiêng" đến "Đám mây lơ lửng" và một chùm bài viết gần đây mà chúng tôi mới nhận được, tác giả đã chứng minh sự chung thuỷ đồng nhất trong phong cách của mình, một tần số phát sóng riêng trong một kênh chung đang vặn mình răng rắc cho sự lạ hoá của nghệ thuật bước ra khỏi cái ao tù nhàm chán. Tháp nghiêng của nước Ý đã khẳng định những khám phá khoa học của Ga - li - lê là đúng. Nó nhìn xuống vương quốc ánh sáng này với rực rỡ hào quang của thế kỷ Phục hưng. "Tháp nghiêng" của Hoàng Vũ Thuật nhìn xuống con người cuộc sống, tình yêu và tổ quốc với những thân phận mang định mệnh nặng nề mà không mang định kiến khắt khe. Con người cần một sự bao dung và thông cảm. Thơ anh là một dòng chảy mang một nguồn năng lượng vô hình của thanh âm và ngữ điệu, sự va đập của hình ảnh và ngôn từ qua tư duy nhiều tầng ý nghĩa đã tạo nên một trường cảm xúc mênh mông đa dạng. Theo Osho một nhà hiền triết Ấn - độ thì người Châu Á suy nghĩ bằng bụng, người Châu Âu suy nghĩ bằng sự lạnh lùng của lý trí: Cái đầu, nhiều khi ông còn khuyên người ta phải suy nghĩ cả bằng đôi chân để nâng sự run rẩy của cảm xúc tới miền siêu thực nhất. Bằng những điều tốt đẹp đầy tính nhân văn đầy chất sáng tạo nghệ sĩ trút bỏ sự khô cứng trong chiếc áo cổ hữu của nghệ thuật. Thơ là một nghề nguy hiểm và đầy rẫy chông gai.

Các nhà thơ nói chung và Hoàng Vũ Thuật nói riêng thường sống với những hình ảnh của quá khứ và nuối tiếc một khung trời thơ mộng đã qua, coi kỷ niệm của tình yêu là "di sản", "hương của loài hoa, sợi tóc vô tình rơi, ánh sáng hệt nét mắt buồn" với một câu hỏi không lời giải "làm sao níu được bước chân thời gian" để xua đi "nỗi đau ngày xưa" trong "biển ảo". Ở đấy "còn một đôi sao ẩm ướt" chính là ánh mắt người yêu "đốt cháy đời anh" đốt cháy Hoàng Vũ Thuật. Quan niệm của các nhà phê bình Trung Hoa thơ càng buồn càng hay, vì cuộc đời là sinh, bệnh, lão, tử, sum họp, biệt ly. Thật vô lý và cũng có lý khi tác giả "đôi lúc thèm một nỗi buồn mà không có", "thèm chiêm bao" để lãng quên thực tế vì đời người là "tăm tích ngu ngơ". Nhà thơ "bàng hoàng trước ngôi tháp cổ nghiêng" một "ngôi tháp sống với thế giới của riêng mình, rêu xanh, tường vỡ" là chứng nhân của biển dâu biến đổi. Nó thèm khát cuộc sống, nó cô đơn lạnh lẽo, nó muốn "vươn về phía con người" đang tồn tại, sinh sôi nảy nở trên bề mặt trái đất nghiêng 2305, nó chứng kiến "những cơn chuyển dạ đớn đau" để "đi tới hoàn chỉnh" nó là "cột mốc thời gian". Tháp là người? Hay người hoá thân thành tháp?! "Chiều nay em quay nghiêng làm chi" để những "quá khứ nghìn xưa không tuổi lại bay về". Nhà thơ là một ngôi tháp "đã quên mình, thu mình từ lâu" giống "con ốc sên trong rừng hoang mệt mỏi" vì chán "kiếp trầm luân xô đẩy" đến "cạn kiệt cơn mê, cạn kiệt những giấc mơ cạn kiệt" mà chính những "bề bộn tiện nghi" của văn minh thực dụng đã giết chết nó. Nhiều khi tác giả muốn dứt bỏ những dung tục thường ngày "tự ném mình qua cửa sổ, như quả chanh khô" bất lực, hoặc cũng muốn như ngọn tháp kỳ vĩ kia "thách thức mọi chế ngự" trút bỏ một ám ảnh khôn nguôi của mối quan hệ giữa kiếp người và thế giới siêu nhiên "bảy chiều không gian huyền tưởng", những tác động nghiệt ngã của thời gian làm "lá rơi chồng lên lá rơi, những số kiếp chồng lên nhau điệp khúc luân hồi". Những hình ảnh mơ hồ hư thực mở rộng trường liên tưởng với nhiều tầng ý nghĩa đã mang một thông điệp đầy ấn tượng đến tư duy người đọc. Suy nghĩ trước hiện thực đời sống, tác giả thường run rẩy trong những cuộc chia ly giống như: "Khi lá giã từ cành, vết thương nằm lại đó" để dòng nhựa đau thương "ứa ra, âm thầm rơi từng giọt" xót xa. Nhà thơ đành phải tự an ủi tim mình trước qui luật khắt khe "Sống - nghĩa là xa cách" phải biết "chối từ nát tan" để hy vọng bừng lên như một "phép lạ" khi mùa xuân trở về.

Có một điều không thể lý giải được là tại sao các nhà thơ thường cô đơn như vậy? "Không bến nước, không sân đình, mình tôi đợi với bóng mình thành hai", luôn luôn chờ đợi, suốt đời chờ đợi, đợi đến khi "mây chen tóc trắng" mà không biết đợi ai ! như có cái gì hâm hấp, ngơ ngẩn bâng khuâng, điên điên dại dại đến lạ lùng, nhưng cái điên dại này thật đáng yêu đáng trọng. Ngày xưa nhà thơ Trần Dần chỉ thích đếm những gì không quá một, ngày nay Hoàng Vũ Thuật cũng chẳng đếm quá hai. Con số hai ảo này chỉ để diễn đạt và so sánh hai đối cực: Anh và em, biển và đêm "một như đã, một chưa từng" một gần một xa, một đa mang một phũ phàng, một sinh thành một huỷ diệt "một đi mà ở một về mà không". Những câu thơ khiến ta ớn lạnh đến tái tê khi nghĩ đến luân hồi sinh tử. Kiếp người! Có khác gì kiếp ngựa?! "Móng gõ bật thời gian, hằn lưng từng vết chém" nhưng nó chuyển tải cả mùa màng, rơm rạ và cuộc sống với tiếng "hý gầm sông Mã" mà say đời lảo đảo. Ôi! con ngựa thời gian. Nó độ lượng nó bao dung "tháo tung màng che mắt, nhìn thấu phận cỏ may", nó tỉnh, nó điên, nó "thả trôi một kiếp người" trong không gian xanh ngắt của ánh trăng bồ liễu" giống như "cỗ quan tài thủy táng", nó đã trải qua "bao năm vùi thân nơi mặt sàn" để đến bây giờ "tóc san hô rờn rợn trắng" mang theo "cái mùi người" mãi mãi không phai. Những câu thơ siêu thực đầy ấn tượng trên có thể coi là một kỳ tích của nghệ thuật biểu đạt mênh mông mà cô đặc do tác giả đã dụng công tìm kiếm. Kiếp người, kiếp ngựa, kiếp hoa đều là hoá thân của kiếp nhân sinh, dù kiếp hoa có mang màu đen cô độc "toả mùi hương chết chóc". Buồn đau là có thật, tại sao người ta không có quyền buồn đau? Giống như "Hoa không được quyền khoác cho mình chiếc áo than" vì sau chiến tranh, sau những trận mưa bom do những "cái đầu bạo cuồng rải xuống" hoa lại tái sinh. Chết không có nghĩa là hết, chết là bắt đầu một cuộc sống khác, cuộc sống "mộng du dò từng bước một" như "những bóng ma tự vuốt lấy mặt mình", hoa có quyền đen, người có quyền chết và "trên thi thể mù sương bí ẩn" nó lại hoàn nguyên "trinh bạch kiếp phù du", rồi nước mắt của nó biến thành "những hạt sao xanh gieo trên cánh đồng bóng tối" nó cứ "lặng lẽ sáng triền miên" để trở thành bất tử, để đi vào "tan hợp hợp tan, vô chung vô thuỷ", với thiên chức "mỗi người một quân cờ vô định", một số phận, để lại hy vọng lại đớn đau, lại "bão cát xô lệch" lại chứng kiến những "kẻ đào huyệt tự chôn mình dưới chân Kim Tự Tháp" nằm nghe "bầy chó sói nơi đồng hoang hú rỗng đêm thâu". Quyền lực, công danh, giàu sang phú quý đều là hư ảo mà sao con người lại đầy đoạ nhau đến khốn khổ "xích sắt mòn cổ chân nô lệ da đen" mà còn mở những cuộc chiến chinh xâm lược "về nam lên bắc" "vó ngựa Vạn Lý Trường Thành lốc cốc tiếng ống xương va vỡ khô khan" ghê sợ như vĩ thanh của những quân cờ đen trắng va vào nhau "có, có không, không". Đây là một bản án hùng hồn và đanh thép tố cáo các thế lực đế quốc bành trướng áp đặt lên các dân tộc, lên mọi kiếp người.

Hoàng Vũ Thuật đi nhiều, quảng giao rộng với nhiều tầng lớp nên thơ anh đa dạng đa chiều, đề tài phong phú và biến động. Anh thường xao xuyến trước "nụ cười để ngỏ" rồi "bối rối" rồi "cháy sáng" rồi phiêu lưu trong đêm nghĩa trang thắp lửa "cháy bùng bao nấm mộ" và "không dấu nổi giọt nước mắt buồn bã" xót xa cho những người đã yên nghỉ bỏ lại thân xác máu xương để bảo vệ tổ quốc rồi phiêu diêu về miên viễn. Nhà thơ run rẩy trước "nụ hôn mây nước mùa thu" ấy vậy mà khi đối diện với cuộc sống đời thường anh cũng thản nhiên nghe những "lời đồn đại, tung bụi mù lên bề mặt địa cầu" coi nó là "con dao hai lưỡi" mang tính đặc trưng cho thiện ác mà người ta không thể tránh được vì "quay bên này ắt chạm mặt bên kia" nó làm nhà thơ "rối rắm đa tình" trở nên đa diện, lúc "hèn nhát" lúc "ngu ngơ" lúc "thâm trầm khôn ngoan" lúc "cuồng mê dữ dội". Nhà thơ phải chung sống một cách hoà thuận với nó vì "nếu thế gian không ai đồn đại nữa, tôi chỉ là khoảng tối giữa em thôi", tác giả đã hiểu rằng tiêu cực và tích cực là hai kẻ đồng hành song song tồn tại.

Bản chất của con người, của nghệ thuật là hướng thiện để đi đến đích cuối cùng là cái đẹp. Cái đẹp của quá khứ lịch sử, của hiện tại và của tương lai, tác giả thường uống nó "bằng đôi môi khát khô", những cái đẹp lộng lẫy "như sắc cầu vồng" của "mùa xưa" những "mùa cổ điển" trong hội họa và bâng khuâng thả cảm xúc của mình "lang thang tìm nếp áo tứ thân", "tìm lại con người mình ngày xưa" nơi tiền kiếp. Những ám ảnh của cái đẹp trong di sản tiền nhân để lại đã là hành trang của thi sĩ, nó luôn là nguồn cảm hứng để nhà thơ đi vào cuộc đời và cảm nhận được cả "những điều trời đất nói" nó làm ta an nhiên "theo cơn lốc tung mình vào gió bụi" mở rộng tấm lòng thương xót cho "bao mùa hoa đi qua, bao làn hương đã chết". Nói vậy nhưng nó có bao giờ chết? "Ngày xưa, dòng mực tím, còn loang trên lòng tay" nó cũng trường tồn và nó là mãi mãi. Cái đẹp bao giờ cũng mang một năng lượng siêu nhiên và bí ẩn, nó cung cấp sinh khí cho sáng tạo, nó cứu vớt mọi hoàn cảnh mọi tâm hồn, chỉ có cái đẹp mới biết nâng niu trân trọng cuộc sống, trân trọng tài năng. Và chỉ có cái đẹp mới biết nâng niu và trân trọng cái đẹp. Hoàng Vũ Thuật cũng hay hoài niệm về những cái đã qua, những con người đã qua, kỷ niệm đầy ký ức thường sống dậy trong những "đêm như rượu ủ", những đêm "lá rơi trên tóc", "áo người như lửa bay" cùng với khói sóng Hồ Tây nồng nàn hoa huệ, hình ảnh một ông già quắc thước vừa u buồn vừa trầm mặc "thanh bạch và tái tê, trắng lòng tay ngày về" trên cái chòi ngắm sóng của cố thi sĩ Phùng Quán hiện lên trong "khói hương như lệ chảy" đã làm cho Hồ Tây giàu thêm một huyền thoại, để gió chiều ngân nga hát mãi những bài thơ máu thịt của thi nhân. Bóng dáng một nhà thơ khác nữa "vẫn thường ngày qua phố" trong những "mùa thu lá bay vàng chói, ngơ ngác mắt nai", có những câu thơ không vần "chứa trong túi vải" quay và lăn những triết luận trên "năm cửa ô số phận" thổn thức cùng "heo may Việt Bắc" với "trái tim trần gian" hối tiếc đã chót để "tuổi thơ rơi cánh diều", cánh diều chở những "hoài nghi khắc khoải" để "vuốt mặt hạt mưa nhợt nhạt", "lạ lùng và ẩn trắc" bằng "những câu thơ định mệnh" bay giữa "những hoàng hôn. Trắng" bay thật xa bay đến cội nguồn và huyền ảo để khắc lên không gian "thăm thẳm vành môi cong" như một vầng trăng hạ huyền soi vào "bến trần gian" "một dấu hỏi và một dấu than".

Đôi lúc nhà thơ cảm thấy mình chỉ "là cỏ dưới gót chân tiền sử" không thể tìm ra "dấu tích lối mòn" của "tuổi thơ non dại", muốn "tìm về những cuộc chia tay" tìm về nguyên tiêu với những "trái cấm" "tròn như rằm trăng" như "hạt bụi lạc ngoài trái đất" tìm "hạnh phúc chôn nơi thiên hà chết" để vật lộn với chính mình "lọc sạch trái tim bầm đen với những nỗi niềm bầm đen" đang "chìm trong vầng sáng", những âm vang rạn nứt như "tiếng sóng vỗ trong ngực mình" khiến người thơ lúc nào cũng sợ "sự nguyên trinh của thể chất" mình vốn mỏng manh như trái đất, mỏng manh như hạnh phúc "mỗi khi đã vỡ ra trần gian này sao mà hàn gắn được". Trái tim yếu đuối và đa cảm ấy đang cần "đám sương dịu xoa trên ngực" bởi nó còn "mắc nợ bao nhiêu lời phỉ nhổ" trong một "trò chơi vô tăm tích" đã làm nó chỉ còn lại "thân xác rỗng không như chiếc bình tháo đáy" nhưng vẫn mơ màng một "ngôi sao nơi cúc áo bật tung", lãng mạn làm sao? Và cũng siêu thực làm sao? Nhà thơ vốn ghét những lối mòn và "không theo qui củ" nào cả, lúc buồn thường quây quần với tri âm "trong quán rượu trời đêm" ngồi bên nhau "đờ đẫn nhìn chót cùng ánh sáng, ly cốc đổ ngổn ngang và giọt đắng". Họ chính là những kẻ "tâm thần dại dột" dễ "cuồng nộ" dễ "hờn ghen" nhưng cũng dễ yêu thương "thắm thiết ghì nhau ngạt thở" cho dù đấy là "người thân" hoặc "người xa" kể cả "với kẻ lang thang phiêu bạt cửa nhà", họ là những con người rất người, khát khao sống, yêu đồng loại đến hết mình, thương đến hết mình mà phương tiện bày tỏ tình cảm đó chính là "những câu thơ quằn quại": "Rót ánh sáng vào tháng ngày hấp hối, máu sao rơi giọt lịm lưng thềm". Mưa gió đời người, đời người mưa gió "giọt mưa vần như bào thai của mẹ, Tiếng gió rơi như linh hồn của cha" khi hai đấng sinh thành đã đi xa mãi mãi không trở lại, đứa con ngơ ngẩn giữa bơ vơ "lạc cành chiếc lá biết về đâu" đến nỗi "lang bạt nơi cư trú" để "bản thể" nằm im "trong câu thơ huyệt lạnh"; rồi song hành cùng nỗi sầu nhân thế. Có đứa trẻ nào chào đời mà không khóc? Phải chăng đời là bể khổ? Khi đã dấn thân vào cõi người, và công cuộc làm người gánh nặng trên vai cái Thiên - Chức - Người, trời cũng trao cho con người một quyền năng: Quyền năng tìm ra cái đẹp để làm cho cuộc sống vốn dĩ đã đã tươi đẹp lại càng tươi đẹp hơn. Một đời người được bao nhiêu năm? Một năm có 365 ngày, mà kỳ lạ, ngày nào nhà thơ cũng quên, ngày nào cũng nhớ, ngày nào cũng muộn, ngày nào cũng nhầm, ngày nào cũng nợ đến nỗi "lật đật như con lật đật, khuy áo cài chéo lên nhau". Cả cuộc đời là một chuỗi không biết bao nhiêu lần "365 ngày lơ ngơ"?. Giống như một kẻ tâm thần với cuộc hành trình trôi nổi trong vị đắng nhân sinh, hoà với "vị cay, vị ngọt" như một thứ "bùa mê" lấy tình yêu làm đắng Cứu Thế để phóng chiếu lên cái đẹp vĩnh hằng tiếp thêm sức mạnh và dũng khí để nhà thơ vượt qua "bức tường" rào cản cuối cùng.

Chao ôi! Một đời thơ là một đời đam mê khó nhọc, một đời trăn trọc kiếm tìm, nó là mồ hôi, là nước mắt, là tim óc gieo xuống thiên mệnh luỵ đời của thi nhân.

Sau "Đám mây lơ lửng" đến "Tháp nghiêng" và những bài viết gần đây, Hoàng Vũ Thuật vẫn tiếp nối không ngưng nghỉ một mạch thơ siêu thực: Thực hơn cả hiện thực, và một trong những đứa con mang nặng đẻ đau trong sự nghiệp thơ của tác giả tác phẩm "Đám mây lơ lửng" đã xứng đáng nhận được phần thưởng lớn: Giải A giải Lưu Trọng Lư, giải thưởng văn học nghệ thuật 5 năm 1 lần của Quảng Bình, nó trở thành tác nhân của một hội thảo có 9 tham luận được trình bày liên tục không giải lao, nó khuấy đảo dư luận văn học và góp phần khẳng định: Thơ không thể thiếu được trong cuộc sống hôm nay.

Thơ của Hoàng Vũ Thuật, giàu chất trí tuệ, nhiều tầng liên tưởng, sâu sắc và hấp dẫn, biên độ giao động bất ngờ, câu chữ chọn lọc, những cung bậc cảm xúc thay đổi, tư duy biến hoá đột ngột có sức bùng nổ mang một thông điệp đầy chất thẩm mỹ và nhân văn đến cho công chúng. Tác giả đã vượt qua sự sáo mòn nhàm chán rẽ vào một lối đi riêng để hình thành một phong cách mang phong vị riêng biệt, giàu năng lực biểu đạt, giàu tính nghệ thuật, gây ấn tượng rất mạnh đến tâm trạng đến hiểu biết, đến suy nghĩ, đến rung động từ trong sâu thẳm của người đọc. Đó là một thành công đã được khẳng định.

Sở dĩ Hoàng Vũ Thuật có một mùa bội thu thơ như thế cái chính là do sự lao động sáng tạo nghệ thuật nghiêm túc không biết mệt mỏi, cùng với lòng yêu người yêu đời tha thiết, yêu cái đẹp, yêu cuộc sống đến cạn kiệt sức lực, khô héo hình hài bởi một nỗi đam mê mãnh liệt của một tâm hồn mãnh liệt. Tác giả đã gạt bỏ ám ảnh của "Đám mây lơ lửng", bẻ bỏ chiếc "chân thứ 3" để bước hai chân lên toà "Tháp nghiêng" lộng lẫy của nghệ thuật thi ca. Ở đây anh đã tìm thấy chính mình.

TS. Đỗ Nguyễn Việt Tư
- Tạp chí Sông Hương, số 190-2004

---

(1) Bút danh khác của Đỗ Lai Thúy
(2) Tháp nghiêng, NXB Hội Nhà văn - 2003
(3) Đám mây lơ lửng, NXB Hội Nhà văn - 2000

DI SẢN TÂM HỒN

TS. Trần Quang Đạo

Trong giới văn chương, bạn đọc bấy nay vẫn nghĩ về thơ và người của Hoàng Vũ Thuật là kiểu thơ, kiểu người dung dị, ấm áp, chân tình. Bài thơ Con chim ri rí năm nào trở thành biệt danh để bạn bè gọi anh một cách trìu mến. Con chim ri rí nhỏ nhoi, loại chim "đặc sản" của miền cát trắng Quảng Bình hiền lành, cần cù chịu khó bới móc nuôi mình và nuôi con trên bãi biển, ngoài vời, ngoài phá, chung sống hoà bình với bao loài khác, là một biểu tượng đẹp thầm kín trong lòng người. Thơ nằm lòng bạn đọc mà tạo được "thi nhân" cho mình như bài Con chim ri rí của Hoàng Vũ Thuật là một hạnh phúc.

Thế nhưng Hoàng Vũ Thuật dường như chưa tự bằng lòng làm một con chim ri rí trên con đường sáng tạo. Anh luôn muốn vượt ra ngoài tầm trảng cát trắng, ngoài vời, ngoài phá quê hương, không chỉ bằng đôi cánh nhỏ Con chim ri rí mà bằng đôi cánh "Con chim côi sải đôi cánh vàng và trái tim Lạc Việt", bay bổng trí tưởng tượng với những suy nghĩ, cấu tứ độc đáo qua thơ.

Những bài thơ mang dấu chấm phá của sự đột biến trong

sáng tạo đã lác đác xuất hiện ở những tập thơ trước đó của Hoàng Vũ Thuật. Và đến Thế giới bàn tay trái, một tập thơ với tên gọi mang nội hàm lạ ra đời, anh trình làng quyết chí dấn thân cho sự đổi mới thơ ca. Trên con đường sáng tạo, "kẻ tội đồ" họ Hoàng với Đám mây lơ lửng đã bị những lằn roi của lối phê bình xơ cứng từng quất cho vài nhát. Kiên trì không chùn bước, Hoàng Vũ Thuật vẫn đi theo lối của riêng mình để xây nên ngôi Tháp nghiêng độc đáo, khi anh đã gần bước sang tuổi sáu mươi.

Những tập thơ gần đây, tư duy thơ Hoàng Vũ Thuật thường thiên về lối tư duy tìm tòi sự khác lạ trong cấu trúc, trong lối diễn đạt, cách lập tứ và sử dụng ngôn ngữ thơ. Thế giới bàn tay trái, Đám mây lơ lửng, Tháp nghiêng đều cố gắng thể hiện điều đó. Anh không tìm điều thuận mà cố tìm điều nghịch trong cuộc sống. Đó là "số ít" (tay trái), "ngừng bay" (lơ lửng), "đứng trong tư thế đổ" (nghiêng). Nhưng tất cả đều tồn tại và tồn tại trong một quy luật riêng của nó, phải khám phá mới hiểu được nó.

Tháp nghiêng được xây dựng bằng những nguyên liệu quí. Những "viên gạch" để xây nên toà tháp này lấp lánh những vẻ đẹp của nhiều tông màu khác nhau. Đó là những Ánh sao, Con ngựa đường trường, Kiếp hoa, Di sản, Mùa cổ điển, Hoa huệ Tây Hồ, Ngọc bích, Chấm sao, Những viên gạch Chăm, Cà Mau, Những giấc mơ không có trong sự thật, và cả Người điên, Lệ hoa, Những con thuyền thúng... Không thiên về nỗi buồn như trong Đám mây lơ lửng, Tháp nghiêng của Hoàng Vũ Thuật đã mở rộng đề tài, qui tụ được cả quá khứ, hiện tại, tương lai và cả một miền tâm linh ẩn chìm trong đó. Quá khứ hiện lên trong thơ Hoàng Vũ Thuật là một quá khứ không phải nghiêng về của binh đao, của dòng chảy lịch sử - điều này không hợp với tạng thơ anh, mà một quá khứ của những di sản tâm hồn. Một "sợi tóc" có "hương loài hoa quấn quýt" trong một " khoảng không gian thánh thiện" đã "nằm trong bảo - tàng - cổ" nhưng nó đã để lại "di sản ái tình ngày qua", một thứ di sản tâm hồn và chỉ có Hoàng Vũ Thuật nhận ra, đưa vào trưng bày trong một ký ức đẹp, song cũng không ít xót xa nuối tiếc. Trong Mùa cổ điển, quá khứ "thời dĩ vãng" cũng hiện lên qua sự liên tưởng từ bức tranh của Nguyễn Phan Chánh. Đó là sự tìm lại quá khứ, tìm lại "Nếp áo tứ thân/ Ngày tháng ấy, chân trời ấy/ Như tìm lại con người mình ngày xưa" mà hôm nay đã không còn nữa. Sự xót xa những gì đã mất khiến nhà thơ tự đóng đinh câu rút để "Đóng khung tôi vào bức tranh cổ xưa". Di sản tâm hồn trong thơ Hoàng Vũ Thuật là tình mẫu tử, tình bạn, tình yêu, tình quê hương đất nước Đó là những "Mùa hoa đi qua/ Bao làn hương đã chết/ Hoa phượng nở tình cờ/ Để riêng mình tôi biết" (Hoa phượng tình cờ), "Thế kỷ trước/ đứng yên/ vuốt mặt hạt mưa nhợt nhạt/ trái tim xẻ đôi/ cạn sóng/ mệt mề" (Thế kỷ trước), là "Những giọt nước mặn và chát/ Tung lên trời/ Sắc cầu vồng mùa xưa" (Mùa xưa), "Giọt mưa vần như bào thai của mẹ/ Tiếng gió rơi như linh hồn của cha/ Lạc cành, chiếc lá biết về đâu" (Suốt chiều nay)...trái tim nhà thơ đa mang, nhạy cảm, dễ xúc động trước người đẹp, dù chỉ một chút thoáng qua mà trăn trở, làm cho "365 ngày, ngày nào anh cũng nhớ/ Mùa mưa nhớ qua mùa nắng/ Mùa sáng nhớ mùa mù đen" (Ba trăm sáu lăm ngày). Đó là những di sản của một tình yêu thánh thiện vương trong hồn thi nhân; là "ánh sao" của đôi mắt tìm nhau trong đêm (Ánh sao); là một chiều nào người "Quay nghiêng làm chi/ Cái dáng ngôi tháp cổ/ Mái tóc hay vầng mây quá khứ nghìn xưa không tuổi lại bay về" (Tháp nghiêng) đã nâng dậy đời thi sĩ; là một "Ai bên cửa sổ để ngỏ nụ cười", "Ai giơ bàn tay, bàn tay năm ngón/ Không cầm tay tôi, họ cầm ngọn nến" thế mà đủ để cho nhà thơ họ Hoàng "bối rối", "bay vòng","cháy sáng". Sự gặp gỡ ngẫu nhiên giữa nhà thơ và người đẹp đã từng để lại cho bạn đọc nhiều bài thơ hay. Đến Hoàng Vũ Thuật thêm một lần nữa có những bài thơ mới ra đời sau những cuộc gặp gỡ trời xui định mệnh. "Hoa phượng tình cờ", "Một bông, một bông thôi/ Giữa lạ lùng trời đất/ Như trái tim nhỏ nhoi/ Mơ hồ mà chân thật", một "Đêm lá rơi" mà nhà thơ ao ước "sắp xếp lại" cuộc đời "Bao nhiêu tháng ngày xin đổi/ Một chút Tuyên gần Tuyên xa", một bông hoa thuỷ tiên "Chỉ riêng anh biết mà thôi.../ Chỉ riêng anh/ nhận ra làn hương ấy/ Niềm khát khao thoát xác/ Khi em đặt ngón tay lên môi anh...". Trái tim đa mang, dễ rung động song biết chọn lọc, không xô bồ, biết tìm được cái chất, cái tinh tuý trong vô vàn trời đất đã giúp Hoàng Vũ Thuật đem đến cho bạn đọc những thi ảnh sống động, lay gợi nhiều tâm hồn đồng cảm. Bởi vì anh sống chân thành, luôn muốn khám phá cái mới, luôn muốn làm điều ngược lại số đông: "Những con chim sẻ bay về phương Bắc/ anh một mình lên phương Nam/ nơi có hồ nước mắt em ngăn ngắt xanh..." (Thơ).

Vì thế khi yêu chàng thi sĩ họ Hoàng cũng yêu một cách khác. Không nông nổi vồ vập, không cuồng nhiệt thái quá, không đam mê bần thần mà da diết sâu lắng "chầm chậm tới mình" một cách tế nhị "ra vào quên tôi" hoặc lịm dần trong hương vị tình yêu "thanh thản trôi vào cõi chết" như lời tự thú của nhà thơ. Nhà thơ linh diệu cảm nhận được "hương của loài hoa quấn quýt" trong "sợi tóc vô tình rơi" như Nguyễn Du xưa đã từng cảm nhận "Hương gây mùi nhớ" trong một câu thơ tài hoa của mình. Cũng như cảm nhận "Đêm như rượu ủ mùa qua/ Cho giờ men ngấm vào ta" một cách sâu thẳm không phải ai cũng có được. Đêm như rượu ủ cho đôi tình nhân say thì chỉ có người trong cuộc, tinh tế như Hoàng Vũ Thuật mới cảm, mới ví hay đến vậy. Chính vì thế, tình yêu "đi từng không tới có" trong một qui luật hết sức biện chứng. Ngay khi tình yêu đã chín, sự hưởng thụ tình yêu thể hiện qua thơ cũng được nhà thơ giảm bớt tông: "Anh úp mặt vào đời em/ Giấu một miền quê đằng đẵng/ Giấu những trận bão giông chờ đợi...". Đó là cái tạng thơ của anh, của đời anh, cứ "lơ ngơ" "Bước lộn cổng rào người khác" biết giấu những ham muốn hừng hực của lòng mình.

Song không chỉ có cảm nhận về tình yêu, Hoàng Vũ Thuật cũng chiêm nghiệm cuộc đời một cách sâu sắc. Anh để lại di sản tâm hồn mình qua những câu thơ mang tính triết lý mà không khô cứng: "Một sinh thành, một tái tê/ Một đi mà ở, một về mà không". Ở đây, tồn tại hai nửa, một được, một mất nhưng không có ranh giới. Được mất đổi ngôi cho nhau, tưởng mất lại hoá ra được và ngược lại. Quy luật của tâm hồn cũng giống như quy luật của tình yêu, của cuộc sống, phải luôn luôn đặt câu hỏi: "Tại sao/ Tại sao/ Hoa không được quyền đen/ Anh không được quyền yêu em tận cuối con đường..."mới khám phá hết được. Khi đó di sản tâm hồn mới thăng hoa đến tận cùng . Hoàng Vũ Thuật đã rất tự tin về điều này, không dưới ba lần trong tập thơ của mình đã viết: "Chỉ riêng anh/ nhận ra làn hương ấy" (Thuỷ tiên), "Hoa phượng nở tình cờ/ Để riêng mình tôi biết" (Hoa phượng tình cờ), "Âm thanh vĩnh cửu/ Sóng nói mình anh nghe" (Mưa bụi bay)... Có những câu thơ làm ta giật mình, bởi nó đã vượt ra ngoài tầm kiểm soát của ý thức: "Kẻ mộng du dò từng bước một/ Những bóng ma tự vuốt lấy mặt mình" (Kiếp hoa). Hoặc là "Hàng nghìn năm nhân loại mỗi người một quân cờ vô định/ Đường lạc đà hun hút, bão cát xô lệch mặt người/ Kẻ đào huyệt tự chôn mình dưới chân Kim Tự Tháp/ Bầy chó sói nơi cánh đồng hoang hú rống đêm thâu/ Người gieo vãi gom nhặt hạt mạch thơm bên dòng sông Nin chảy xiết/ Xích sắt mòn cổ chân nô lệ da đen/ Vó ngựa Vạn Lý Trường Thành lốc cốc tiếng ống xương va vỡ khô khan..." (Cuộc cờ). Thơ được đẩy tới, dồn nén mọi chiều tâm cảm, tạo một không gian mở.

Thường hay hỏi, hay tìm, hay vẩn vơ nghĩ ngợi (dù là

những điều đến thật tình cờ) nên thơ Hoàng Vũ Thuật mang chiều sâu suy nghĩ, chiều sâu của tâm trạng. Anh nghĩ về sợi tóc thì nó là "di sản ái tình"; Anh nghĩ về tháp nghiêng thì chính sự trái ngược không thăng bằng ấy lại "nâng dậy đời tôi"; Nghĩ về lá và cành thì thấy "Khi lá giã từ cành/ Vết thương nằm lại đó"; Nghĩ về kiếp hoa thì lật ngược vấn đề "Tại sao/ Hoa không được quyền đen"; Nhắc đến lời đồn đại thì anh thấy nó là cứu cánh cho tình yêu của mình "Nếu thế gian này không ai đồn đại nữa/ Tôi chỉ là khoảng tối giữa em thôi"; Nghĩ về sự mắc nợ trên con đường đời, anh quả quyết "Thì nợ thêm ngày nữa/ Ngày nữa gì hơn không/ Cõi - người - ta lận đận/ Trả khi nào cho xong".v.v...Vì thế, giữa nhiều tập thơ ra đời hiện nay, Tháp nghiêng của Hoàng Vũ Thuật không rơi vào trạng huống nhạt nhẽo, mất hút, mà mang đến cho chúng ta lấp lánh những di sản tâm hồn cao thượng, khơi tiếp cho chúng ta một mạch nghĩ mới sau khi đọc đến trang cuối, gấp sách lại.

Trước hết, những thi ảnh trong thơ Hoàng Vũ Thuật là những thi ảnh mang tính chất "động" nhiều hơn là những thi ảnh mang tính chất "tĩnh". Không những thế, thi ảnh trong thơ anh là thi ảnh ở cấp độ hai, nghĩa là nó đã được "lên men" rồi chưng cất trong quá trình sáng tạo để tạo ra một "thành phẩm" tinh chất. Ví như khi mã hoá thi ảnh "sợi tóc" anh đã coi đó là "hương của một loài hoa quấn quýt" và là "di sản ái tình ngày qua". Một lần khác, nói đến "mái tóc", anh đã gọi nó là "vầng mây quá khứ nghìn xưa không tuổi lại bay về". Rồi thi ảnh trăng cũng hiện lên hết sức sắc lạnh, phản cảm: "Trăng bồ liễu/ Trăng như cỗ quan tài thuỷ táng". Ở một hoàn cảnh khác trăng lại được ví như "Hai vầng trăng môi khuyết cong". Đây là một thi ảnh hết sức độc đáo, kiểu ví rất mới mẻ vừa gợi cảm, vừa đem đến một sự liên tưởng sâu xa. Ta còn bắt gặp nhiều thi ảnh lạ trong Tháp nghiêng: "Ánh sao, mầm cây thiêng liêng", "Mây chen trắng tóc", "Một phôi cỏ dã sương pha cuối hè",

"Tóc san hô rờn rợn trắng", "Thi thể sương mù bí ẩn", "Ngôi sao nơi cúc áo bật tung", "Mây san hô đùn từng cụm"... Chúng ta có thể liệt kê ra đây nhiều nữa để thấy được Hoàng Vũ Thuật đã làm "động" những thi ảnh bằng cách gắn nó với những động từ hoặc tính từ hoá cho nó gợi cảm, sống động hơn. Điều này làm cho thơ Hoàng Vũ Thuật trẻ và lạ, tránh xa được lối thơ tả với cách quen dùng thi ảnh liệt kê, ước lệ bấy lâu.

Để mang đến cho bạn đọc những di sản tâm hồn có giá trị trên đây, Hoàng Vũ Thuật đã biết mã hoá nó bằng hệ thống thi ảnh, cấu trúc thơ theo một cách riêng của anh, khá mới mẻ.

Ngoài cách làm mới thơ bằng những thi ảnh như trên, Hoàng Vũ Thuật đã dụng công tạo dựng nên những bài thơ của mình với hai dạng lối cấu trúc chính, dạng lát cắt đời sống và đứt gãy mạch thơ.

Ở dạng thứ nhất, đó là những bài thơ Hoàng Vũ Thuật làm theo lối thơ truyền thống nhưng được bung mở tự do về câu chữ. Bài thơ được tạo thành bởi những ý như những lát cắt xếp chồng lên nhau theo trình tự cảm xúc thẩm mỹ được mã hoá bằng những thi ảnh giàu tính sáng tạo. Đương nhiên đó không phải là những lát cắt tách rời nhau một cách cơ học, mà nó được bám vào nhau kết gắn với nhau bởi chủ đề, ý tưởng thẩm mỹ tác giả muốn thông điệp cho người đọc. Những bài thơ như Con ngựa đường trường, Người điên, Lệ hoa, Ai bên cửa sổ, Những câu hỏi không phải trả lời, Sao không là, Những điều trời đất nói cùng tôi, Trời ban, Người vẫn thường ngày qua phố, Ba trăm sáu lăm ngày, Giấc mơ không có trong sự thật.v.v... Bài Giấc mơ không có trong sự thật, mở đầu mỗi lát cắt là "Tôi mơ thấy...". Qua mỗi lần "mơ thấy" tác giả đưa ra cho chúng ta thấy "vân gỗ" sau đường cưa sáng tạo của nghệ sĩ ngôn từ. Trong bài Ba trăm sáu lăm ngày cũng tương tự như vậy: Khi mở đầu cho lát cắt sáng tạo bằng điệp ngữ "365 ngày,

ngày nào anh...". Tuy nhiên tuỳ theo diện rộng hẹp của lát cắt mà Hoàng Vũ Thuật triển khai ý thơ dài, ngắn khác nhau trong mỗi khổ thơ. Có trường hợp mỗi lát cắt chỉ gói gọn trong hai, ba dòng thơ, song cũng có lát cắt trải rộng trong bảy, tám dòng thơ. Tất cả đều có dụng ý. Số câu thơ trong số lát cắt ít, làm cho thơ Hoàng Vũ Thuật hàm súc, ví như "Trời ban cánh rừng cho tiếng chim/ Trời ban tiếng chim cho cánh rừng"; Số câu thơ trong số lát cắt nhiều, làm cho thơ anh mang tính hiện đại hơn bởi sự triển khai xô bồ ý nghĩ, như "Những con chim sẻ bay theo bầy đàn, anh một mình bay giữa bầu trời rỗng/ má em hồng vầng mây khoả thể/ có thể là cơn mưa bí ẩn đầu tiên của ngày/ có thể là cơn nắng lạ đầu tiên/ vừa đến...". Có điều, cấu trúc bài thơ theo dạng lát cắt sẽ dễ rơi vào sự đơn điệu. Song Hoàng Vũ Thuật hầu như đã tránh được điều đó, vì sự triển khai ý thơ trong những thi ảnh mới lạ, đã nâng được bài thơ lên bởi khổ thơ kết, tạo cho bài thơ một "chân đế" vững vàng.

Ở dạng cấu trúc thứ hai theo dạng đứt gãy mạch thơ, Hoàng Vũ Thuật đã khôn khéo giấu đi những câu thơ, khổ thơ mà những người làm thơ bình thường thường đưa vào, hoặc anh ảo hoá hiện thực một cách khéo léo vừa để "cô đúc ý thơ của mình, vừa để chơi trò ú tim sự nghĩ ngợi, xúc cảm" của người đọc (mà nhiều người hay nghĩ đó là sự đánh đố trong thơ, là loại thơ không ai hiểu), làm cho thơ anh hiện đại hơn, tránh lối mòn không ít nhà thơ không bước qua được. Bài Di sản và Những con thuyền thúng là hai trong khá nhiều bài thơ điển hình của dạng cấu trúc này. Trong Di sản sự đứt gãy mạch thơ nằm trong mạch thực - ảo. Đó là hiện thực sợi tóc - di sản của tình yêu, và vùng ảo của nó là thời gian tàn nhẫn làm nên "bài thơ cỏ". Đang nói sợi tóc, đáng lẽ Hoàng Vũ Thuật phải triển khai tiếp về hiện thực là sợi tóc rụng, làm cho con người giật mình vì tuổi tác hoặc một điều gì đó mới hợp nếp nghĩ của đa số, song anh bỏ qua để tạo hoá sợi tóc bởi hào quang của nó trong ký ức. Và cuối cùng nhà thơ quay về hiện thực cũng đột ngột với một câu hỏi nghi vấn rồi tự trả lời để đưa sợi tóc lên ngôi "Và sợi tóc/ di sản ái tình ngày qua...". Vì thế Di sản là một bài thơ hay và hiện đại. Nó càng hay hơn khi chúng ta biết được Hoàng Vũ Thuật "khai sinh" ra "di sản ái tình" lúc anh đã gần lục thập !

Trong Những con thuyền thúng, Hoàng Vũ Thuật lại tạo sự đứt gãy mạch thơ "đậm" hơn. Khổ thơ thứ nhất tả con thuyền thúng sau khi đi biển hoành tráng trở về úp mặt lên cát, giấu trong lòng mình sự bạo liệt của biển để "thở" như con người "đã cày xong thửa ruộng". Dù tác giả đã dùng nhiều thi ảnh hết sức gợi, nhưng con thuyền thúng vẫn là con thuyền thúng trong đời thực. Đột ngột chuyển sang khổ thơ thứ hai, Hoàng Vũ Thuật hiện diện cái tôi bản năng một cách rõ nét. Con thuyền thúng và nhà thơ đặt cạnh nhau thiếu hẳn một sự so sánh đáng ra phải có. Nhà thơ như con thuyền thúng - nếu ví như thế thì người đọc dễ dàng nhận ra ý tưởng của chủ thể sáng tạo. Hoàng Vũ Thuật không làm thế, anh buộc người đọc phải nghĩ để nối mạch thơ và thấy được cái hay mà nhà thơ ngụ ý. Cái điều Hoàng Vũ Thuật muốn thông điệp phải đến khổ thơ thứ ba với một câu thơ khá dài như chính sự tự chuyển động của những con thuyền thúng. "Những con thuyền thúng ngày mai lại trườn về biển cả" mới lộ ra bất ngờ. Nó bất ngờ vì sự đứt gãy mạch thơ được cố tình tạo ra. Người đọc đang chờ đợi một "kết quả" nào đó của sự "úp mặt vào đời em", song Hoàng Vũ Thuật giấu đi để gây sự tò mò. Cuối cùng nhà thơ mới tự khai "Những con thuyền thúng trườn về biển cả". Các câu thơ đầy ấn tượng tiếp đó "Giấu một miền quê đẳng đẳng/ Giấu những trận bão giông chờ đợi" để "Lưỡi rong rêu hằn rớp thịt da/ Nụ hôn cầu vồng uốn cong trời đất" không đưa thơ vượt qua cái ranh giới phồn thực, trái lại nó chìm đắm, xoáy sâu vào bản thể con người, thể hiện sức mạnh tình yêu của con người muôn thuở.

  Là một người chung thủy và nặng nợ với thơ ca, Hoàng Vũ Thuật đã trăn trở rất nhiều trên hành trình sáng tạo. Vì thế thơ anh rất trẻ. Cái sự trẻ và mới ấy, theo cách nói của một nhà phê bình, phải có chiếc chìa khoá riêng khi đọc thơ Hoàng Vũ Thuật. Đó là sự trẻ của hồn thơ và cách biểu đạt thơ khác với cách biểu đạt "truyền thống". Tháp nghiêng, vì thế là một sự cố tình tạo dựng độ nghiêng chứ không phải vì một "sự cố" mà thành, nên nó đã để lại một di sản tâm hồn khá lạ và độc đáo. Nếu còn chút gì đó chưa thực sự hài lòng khi gấp tập thơ lại, thì đó là tác giả đã hơi lạm dụng khi đưa vào tập thơ một số bài thơ viết theo nếp cũ...

Hà Nội, tháng 6/2004
TS. Trần Quang Đạo

- Báo Văn nghệ, số 41-2004

NỖI CÔ ĐƠN KÉO DÀI VÔ TẬN

(Đọc Màu - tập thơ của Hoàng Vũ Thuật,
NXB Lao động, 2010)

Hoàng Đăng Khoa

"Cô đơn là số phận của thiên tài, là bản chất của người mạnh. Còn kẻ yếu không thể có cô đơn và cũng không xứng được cô đơn"
(Fridrich Nietzsche)

"Không có hạnh phúc giống nhau / không có cay đắng giống nhau". Mỗi con người là một thế giới. "Nghìn năm cô độc nghìn năm". Bao nhiêu năm làm kiếp con người(1), tác giả Màu cứ "đơn lẻ cơn đau". "Như chiếc lá khan buồn mất ngủ / trên nhành cây cạn kiệt thân hình". "Ai sinh ra ta và ta sinh ra ai"? "Thế giới là ai / và ta nữa là ai"? "Tôi / màu gì"? "Người mỗi ngày mỗi lạ / nên mỗi ngày ta lại thấy buồn thêm". "Cõi phật từ bi / sao nỗi cô đơn kéo dài vô tận"?

"Giá như được làm kẻ hành khất lôi thôi lếch thếch xin một đồng xu", không phải làm thi sĩ. "Giá như hết ngã ba gặp sông chắn ngang trước mặt đành phải quay về", không phải dấn thân cô đơn trong "hướng không định" cõi Thơ. "Giá như mọi vật đồng nghĩa với cái không tồn tại / giá như cứ thế mà xa cứ thế mà quên".

Nhân loại làm thơ, mấy người nghệ sỹ? "Trái đất chật chội thế này" sao "đi trọn một đời" mà tri âm vẫn hoài khuất bóng? Đến "anh" và "em" cũng "lệch phai". "Anh nhận ra giữa chúng mình niềm vui hẹp lại / giữa hai viên gạch có một rãnh buồn". Chỉ có... mình mới hiểu... mình mênh mông nhường nào. "Những buổi chiều lặng lẽ lên men", "vô cư ngập vòng ôm", với "trái tim mang nỗi niềm", với "đôi mắt buồn hơn màu trà khuya sóng sánh", thi sỹ - "người trần khát cháy" chỉ muốn "trò chuyện cùng chiếc bàn con / không muốn thêm ai khác". Không thể "trộn vào nhau / lẫn vào nhau / cảm vào nhau", đành huyễn hoặc mình tìm chút niềm thân mật, giao cảm, đồng cảm nơi "chiếc lá bông cẩn", nơi chú "chó con"... "Lá đặt lên môi tôi khô khát / nụ hôn xanh". "Chiếc lưỡi thè ra / đỏ hỏn / đang ứa một mặt trời non / và dòng dòng nước / nhểu / nỗi buồn gì ơi chó con". "Từng ngày từng ngày từng ngày", "anh là con thú ngồi liếm vết thương". "Từng đêm từng đêm từng đêm", "anh là chim bão khản giọng mùa qua". "Thôi ngủ đi ngày mai biết đâu rồi khác". "Rồi gió sẽ đổi chiều rồi mưa sẽ / ngưng rồi trời sẽ / ấm". Ru ta ngậm ngùi(2).

Thế giới không vô vi. Thế giới vô thường. Thế giới vô minh. Thế giới rỗng căn nhân tính. Kiếp người là kiếp nạn. "Chỉ tiếng khóc vỡ òa tồn tại / đứa bé / rời bụng mẹ bước ra ngoài". "Đường đi một đời / tấm tã lót sơ sinh cổ quan tài dải băng tang / trắng". Loài kiến thì hồn nhiên "chiếc râu cong lên gặp nhau", ca ngân "bài ca cuộc hành trình vòng quanh trái đất". Trong khi đó, "dưới vòm trời / thập loại chúng sinh lang thang tìm lối sống", "không ra khỏi miền nhỏ bé", lắm láp, bộn bề những toan tính, sắp đặt và diễn(3). "Trên sương mù bóng mẹ liêu xiêu sớm khuya đi về quang gánh oằn vai". "Dáng em co ro cơn rét mùa hè". "Rét luồn trong ống xương tê dại". "Giường chiếu khổ đau bần hàn lam lũ hết đời này sang đời khác". "Ầm ì cơn giông âu lo". "Ủ dột bóng người qua đường chậm chạp". "Trừng phạt ghen tuông mù mì". "Đố kỵ mờ xa gương mặt / chữ nghĩa đánh bóng mạ kền / bày bán cùng / hoa". "Những vòng tròn cấm kỵ" nực cười vô lý khiến "chữ nghĩa và những quãng ngắt" vô tội của Thơ phải mang nỗi kì oan(4). "Cuộc tranh giật / nghìn cánh tay giơ cao / biểu quyết / không biết nữa cái gì xảy ra". "Bả hư danh thừa mứa quyền uy hăm hở dối lừa / ngông nghênh tăm tối". "Rao giảng điều vô bổ / huyên thuyên thuyết giáo cũ mèm". "Pháp trường lớn vởn hồn oan xơ xác mong nhìn thấy ánh sáng". "Nghẹt thở vì xe cộ". "Tiếng rú điên dại". "Chiều qua nắng đỏ rực / đột ngột mùa đông quay lại giữa hè". "Biển Nhật Lệ mỗi ngày mỗi hẹp / cát trắng Bảo Ninh mỗi ngày mỗi đen". Rừng đã cháy và rừng đã héo(5). "Mịt mờ quảng lửa / trơ trọi trời cao / sỏi đá bơ vơ lạc loài // những chiếc lá bốc hơi / những chiếc lá dị dạng / những chiếc lá vuốt mặt không kịp cất tiếng // tối tối nước mắt muôn sao đặc sệt / gió cuồng trong tấm chăn vô chủ / hoang hoải trắng và đen // khô rang / ngày tháng". "Cơn nắng giận hờn / cơn nắng đắng nghét / phi ngọn roi tê dại lên mặt / da thịt rộp phồng sần chai / ướt sũng thân thể". "Cái chết được thử nghiệm / I rắc / Li băng / máu xoáy sẹo đen lòng biển / thác máu dát đỏ cung điện Mùa Đông / máu chảy trên hè phố tôi qua / trước khải hoàn môn tốp lính kín mặt vành băng trắng"... "Nhân loại kéo nhau đi về phía bỏng rộp / đủ kiểu". "A men / a di đà / tôi giật lùi và chắp tay lên ngực". Chúa bất lực. Phật bó tay...

Thế giới cần phải "xáo tung lên hết thảy" để "làm lại từ đầu", đừng tưởng sắp xếp "đã ngăn nắp quy củ". "Làm lại thế giới đã khó / làm lại con người càng khó hơn". "Ngược dòng phù phiếm", tác giả Màu lặng lẽ xác tín riêng mình một thế giới, "thế - giới - trời - ban - cho", thế giới của "những dòng chữ ghép lại", kể "những câu chuyện ra ngoài hành tinh / người nói với người hay mình nói với mình / nhát cắt không đầu không cuối". "Phát quang muộn phiền khổ đau / hiển lộ trời xanh biến thể". Thi sỹ cứ "cô lặng / nuốt từng giây nặng trĩu / bình minh / tới lúc ngả bóng", rồi "đốt cháy đêm đong đặc" "dằng kéo đêm sâu", "đếm tiếng trái tim khuya / dấu vết thương vừa ủ", đào xới "đất sủi men" để "phun trào cát bỏng". "Quá nhàm mòn các ngả đường đến và đi", nên tác giả Màu "ngược con đường / để trở về con đường khác". "Đi đứng nói cười kiểu của mình". Tự "lên dây cót", "tự đảo lộn mình", "xáo tung tận đáy", tháo dỡ và "ghép lại" "âm thanh tiếng Việt đa sắc", tìm gặp "ảo ảnh phía sau hiện thực". Phần thưởng và trả giá. "Chiếc bánh" và "làn roi". "Máu trào" và "nụ hôn". "Bụi mù bay theo nhịp thở tươi non". ''Những dòng chữ bị săn đuổi", "người ta ném đá vào dòng chữ". Những dòng chữ cứu rỗi, thi sĩ vịn câu thơ mà đứng dậy(6), "mây mang thiên thần bay lên" trên "tháng ngày cằn rỗng", "lấp bằng thung lũng mùa đau", "vá víu vết thương cuối hạ". "Những câu thơ phía bên kia tường / vọng tới mái ngói đã ngủ", "rung hồi chuông cuồng dã": Đừng viết nữa những câu thơ nhàm cũ; người gần người hơn... "Tiếng chuông khóc mùa đi / tiếng chuông gọi mùa tới".

«Đường trần lầm lũi». Tác giả Màu «một đời đi và đến / xòe bàn tay ngây ngô / ngày tháng cứ khép hờ / cứ khép hờ quên nhớ». Một đời «yêu và giận». Một đời «nghiệm» và «đo». Dùng khoảng cách «ngày và đêm» «tối và sáng» «bão tố và bình yên» để nhận biết «thế giới nghiệt ngã», «cuộc người hun hút». «Thì ra mọi thứ / dài / và / ngắn / hơn tôi tưởng». «Thì ra con người có thể dựng ngược mình lên». Vừa như một vị chân tu đốn ngộ; vừa như một «cậu bé ngốc nghếch», «ngủ ngờ u mê ương dại». Vừa đắc đạo; vừa dò dẫm. Bởi Đời và Thơ không phải bánh đúc bày sàng mà là «bong bóng bảy sắc cầu vồng / hút gió», «vụt hiện tan chảy mất hút», «vừa xa lạ vừa gần gũi». Như «loài hoa siêu thực» «từ nở / đến tàn / từ không / đến có» «hư thực / thực / hư». Như «con đường dấu ngã / con đường dấu hỏi / con đường không dấu». Không thể nào khác được, thi sĩ cứ mải miết «đi trong dầm dã», «nhẫn nại / nhặt lên bỏ túi / túi thủng», «chiêm bao nham thạch đỏ / chảy về miền không». Dẫu vẫn biết «nào có gì ổn định // rồi con sóng tiếp tục xô đổ anh / lúc anh là cát / những con sóng siêu hình lau sạch gương mặt cũ». Thơ là một cuộc «xóa đi rồi vẽ lại» không bao giờ hoàn tất, luôn trong trạng thái «trên đường». «Dòng chữ ngả nghiêng để lại trên đường / để lại trên đường ngả nghiêng / dòng chữ».

Đứng về phe nước mắt(7). Trữ đủ đau thương(8), «khởi nguyên / bài thơ thoát xác». «Bông hoa vỡ ngàn cánh máu / rỏ xuống lót ổ câu thơ / bào thai thiên thần». Mặc kệ «thế giới ngủ sớm dậy muộn», với «tình yêu nhẫn nại», tác giả Màu cứ «nở chật đêm», «nở đến kiệt cùng dòng máu thiên di». «Như khí trời khao khát / bật dậy bông hoa / đỏ chót / co giãn nhịp nhàng vòm lá / dâng khúc ca mãnh liệt lặng im». Đó là cách để người thơ nhận diện «tôi / màu gì» giữa «gương mặt của cõi người», đóng con dấu hữu hạn đời mình lên càn khôn vô hạn, vượt thoát nỗi ám ảnh «không bóng hình không dấu chân» để lại một mai mãn hạn làm người(9). «Tháo sợi dây buộc chặt cõi đời», cõi Thơ, tác giả Màu sở hữu tự do tuyệt đối, như «cây cứ xanh ngoài lời».

Hoàng Đăng Khoa

---

(1), (5) Ca từ Trịnh Công Sơn
(2) Tên một ca khúc của Trịnh Công Sơn
(3) Tên một tập truyện ngắn của Hồ Anh Thái
(4) Từ dùng của Nguyễn Du trong câu thơ "Phong vận kì oan ngã tự cư"
(6) Thơ Phùng Quán: "Có những phút ngã lòng / Tôi vịn câu thơ mà đứng dậy"
(7) Thơ Dương Tường: "Tôi đứng về phe nước mắt"
(8), (9) Thơ Trần Dần: "Trữ đủ đau thương / cho mãn hạn làm người".

HIỆU ỨNG NHẠC TÍNH
TRONG THƠ HOÀNG VŨ THUẬT

Hoàng Thụy Anh

"Bài thơ, sự ngập ngừng (hésitations) kéo dài giữa âm thanh và ý nghĩa". Jakobson nhắc lại và khẳng định định thức của Paul Valéry là khoa học hơn tất cả những hình thức của chủ nghĩa biệt lập ngữ âm học (1; 40,41). Nghĩa là, giữa âm thanh và ý nghĩa luôn có cuộc cọ xát, hợp tác trên cơ sở sự tuyển lựa và sự kết hợp tạo nên sự *"ngập ngừng"*. Valéry coi trọng sự ngập ngừng, dùng dằng đó, chứ không hề thiên lệch giữa cái này với cái kia. Âm thanh và ý nghĩa luôn song hành để tạo nên chất thơ. Vì thế, Jakobson tuyên bố *"thơ ca... là vùng đất mà mối liên hệ giữa âm thanh và ý nghĩa từ chỗ tiềm ẩn trở thành hiển nhiên - và được biểu hiện ra rõ rệt và đậm đà nhất"* (1; tr 51, 52). Và *"Chỉ trong thơ ca, bằng sự lặp lại đều đặn (réitération régulière) của những đơn vị tương đương với thời gian của chuỗi ngôn từ (chaine parleé) đã mang lại một kinh nghiệm... về thời gian âm nhạc"* (1; tr 25).

Mỗi thể loại thơ đều có những đặc tính riêng làm nên tính nhạc cho thơ trên cơ sở bố trí, luân phiên các thanh điệu (bằng/ trắc, cao/thấp) và âm vang của mỗi tiếng (tuỳ thuộc vào sự hoà phối các âm sắc). Nói như vậy, để cảm nhận tính nhạc trong thơ phải quan tâm đến các thuộc tính âm thanh (cao độ, cường độ, trường độ), các đơn vị âm thanh (nguyên âm, phụ âm và thanh điệu), cách lặp lại một từ, một ngữ, một câu, một khổ trong thơ cũng như cái nhịp, cái điệu của câu thơ.

Hoàng Vũ Thuật tạo nên giai điệu thơ cũng dựa vào sự vận hành ấy.

1. Trước tiên là sự *"hoà phối"* về mặt ngữ âm bằng cách điệp phụ âm đầu. Trong bài *"Lau trắng"*: *"Thiên nhiên trong trẻo phô bày / Miên man gió nắng lấp lay bốn bề... / Ngàn lau xào xạc nói gì hỡi lau!"*, các phụ âm tr – tr, m – m, l – l đi liền nhau gây nên hiệu ứng của những nốt nhạc thanh nhã, say đắm, nhẹ nhàng rất phù hợp cho việc miêu tả lau trắng. Ở hai câu thơ: *"Những trở trăn, dằn dỗi bấy nay/ Những u buồn bè bạn bao ngày"* (Ban mai). Bản th0ân các từ *"trở trăn"*, *"dằn dỗi"*, *"u buồn"* đều có thể xếp vào cùng một trường nghĩa. Nên hiện tượng lặp lại của những phụ âm tr - tr, d - d, b - b - b - b càng làm tăng nỗi cô đơn trong lòng. Hoàng Vũ Thuật còn lặp lại những phụ âm đ – đ – đ, ph – ph và d – d trong câu thơ: *"những bóng đêm đen đủi phỉnh phờ/ những trận mưa lê thê dồn dập"* (Ban mai). Những phụ âm đ – đ – đ và ph – ph nằm trên một dòng thơ vừa nhấn mạnh, vừa kéo dài rất hợp cho việc thể hiện hình tượng bóng đêm. Phụ âm d – d đi liền nhau làm cho cơn mưa đã lê thê lại càng lê thê hơn. Các phụ âm đó kết hợp làm nổi bật hơn đặc điểm của bóng đêm và cơn mưa.

Không chỉ sử dụng điệp phụ âm đầu mà Hoàng Vũ Thuật còn sử dụng điệp vần. Âm *"át"* chiếm tỉ lệ đa số trong một khổ thơ ở bài thơ *"Con chim ri rí"*: *"Bình minh lên **bát ngát** *cửa sông / Tiếng chim say tràn qua sóng **cát** / Tuổi thơ tôi chạy theo sóng nước / Tôi hát lên bài hát của đời tôi"*. Âm *"át"* là âm có độ mở lớn, thường phù hợp nói về sự tươi sáng, vui. Ở đây, âm *"át"* đã có tác dụng lớn trong việc gợi sự rộng rãi của không gian và của tâm hồn nhà thơ.

Hiện tượng điệp phụ âm đầu và điệp vần xuất hiện tương đối trong các tập thơ của Hoàng Vũ Thuật. Chúng ta có thể thấy trong một số câu thơ như: *"Tôi bối rối khi lòng mình bị trói"*, *"Bờ giếng tờ mờ sương sớm"*, *"và ngọn gió trào trong đêm thách thức/ không do dự chần chừ/ chỉ có tôi ngọn gió kia trận mưa này và sự lạnh lùng không báo trước/ không cô độc chán nản không hững hờ"*...

Từ điệp âm, điệp phụ âm Hoàng Vũ Thuật tiến tới phối âm. Ông khai thác sự hoà phối các âm sắc để tạo nên những biểu tượng ngữ âm. Trong bài *"Tiếng cu gù trưa nay Hà Nội"*, nhà thơ viết: *"Tiếng cu gù đọng sữa bắp ngô non / Lốc cốc mõ trâu chiều rụng xuống"* (Tiếng cu gù trưa nay Hà Nội). Nguyên âm trầm, trung hòa, được sử dụng kế tiếp nhau khiến cho câu thơ như chùng xuống bởi sức nặng của tình cảm tạo nên một biểu tượng về một nỗi nhớ quê nhà sâu lắng, bâng khuâng. *"Giấc mơ không có trong sự thật"* cũng được sử dụng phương pháp ấy: *"Tôi mơ thấy mùa thu / Dưới võng mềm đất ủ / Và mẹ già tay ru / Đưa tôi vào giấc ngủ"*. Nhà thơ kết hợp các nguyên âm trầm, trung hoà. Trong đó, nguyên âm trầm chủ đạo, thống lĩnh toàn bộ khổ thơ để thể hiện giấc mơ về với cõi âm. Hơn nữa, xét về âm sắc, âm *"u"* là nguyên âm tối nhất trong các nguyên âm. Chính sự cộng hưởng các âm *"u"* làm cho trạng thái buồn, u ám càng gia tăng.

Theo Jakobson, *"Người ta cứ tăng cường sự tương phản này bằng cách vây quanh từ trên bằng những âm vị bổng và thăng và đặt từ dưới bên cạnh các âm vị trầm, thì âm thanh thực sự trở thành tiếng vang của ý nghĩa"* (1; trang 52). Do vậy, cách xử lý thanh bằng (tons défléches - thanh chệch) và thanh trắc (tons étales - thanh lặng) cũng tạo ra tính nhạc cho thơ. Thanh bằng thường diễn tả sự nhẹ nhàng, mênh mang, bao la... Thanh trắc thường diễn tả sự linh động, sắc bén, chất ngất, thống thiết, bi thảm...

Khi Hoàng Vũ Thuật viết: *"Những con chim sẻ bay về phương bắc/ anh một mình lên phương nam"* (Thơ). Có 12/15 thanh B. Thanh B chiếm đa số, giúp Hoàng Vũ Thuật tạo nên sự đối cực giữa hai hình ảnh sống động - đường bay của chim và đường bay của thơ. Ông chọn cho mình một đường bay riêng, không chấp nhận sự gò bó dẫu biết nơi ấy *"anh một mình bay giữa bầu trời rỗng"*. Câu thơ thứ hai như một nốt nhạc được vút lên cao nhờ vào sự dàn trải của các thanh bằng và các phụ âm vang (n, ng, m). Hay trong bài thơ *"Cây bàng bình thản"* có đến 53/80 thanh B. Tỉ lệ thanh B nhiều hơn để nói đến sự *"bình thản"* của con người trước thế sự *"người xuống lên, ồn ã"*. Cái *"bình thản"* ở đây không phải là đoạn tuyệt với nhân thế mà chỉ là cách để chối bỏ cuộc sống tầm thường, tìm cho mình *"một góc trời"*, hoà nhập với mùa xuân - sự tươi trẻ để *"Ngàn chồi non cánh mở/ Mang hồn tôi bay đi"*. Với *"Những hòn bi trẻ thơ"* nhà thơ cũng sử dụng chủ yếu những thanh B: *"Không biết sinh ra từ đâu/ Những em bé mồ côi tàn tật/ Những con người đi bằng tay/ Những con người nói bằng mắt/ Những con người nghe bằng chân"*. Thông thường, khi thể hiện những cái ngược đời đau lòng, thanh T sẽ có tác dụng lớn trong việc khắc đậm hình tượng. Thế nhưng, Hoàng Vũ Thuật lại quy chiếu hình tượng ấy ở một góc độ khác. Nhà thơ vận dụng 22/31 thanh B để nỗi cảm thông tự ngấm vào lòng trước những số phận *"Lang thang cùng ngày, lang thang cùng đêm / Lang thang như mây, lang thang như gió"*. Trong câu thơ: *"Những bóng ma tự vuốt lấy mặt mình"* (Kiếp hoa), nguyên âm tối *"ư"* được đặt ở giữa câu thơ và sự cộng hưởng của thanh trắc làm câu thơ bị bẻ gãy, gấp khúc. Nếu Jakobson xem *"vai trò của chủ âm thuộc về âm nhạc"* thì ở đây nó là âm chủ, tạo nên một nốt nhạc trầm lắng về cái đau thương cùng tận của chiến tranh. Cuộc sống *"phô trần thân xác ruỗng mục"* bởi những trận mưa bom *"từ những cái đầu bạo cuồng rải xuống"* khiến cho bóng ma, những linh hồn chết cũng phải tự tìm nguồn an ủi sau cùng, tự vuốt mặt mình khi không còn ai nữa.

Thơ Hoàng Vũ Thuật sử dụng nhiều thanh B. Rất nhiều bài thơ, thanh B chiếm tỉ lệ gấp đôi và gần gấp đôi thanh T. Chính những thanh B ấy, giúp ông dễ dàng khai thác đến nỗi buồn, nỗi nhớ, nỗi đau trước cuộc sống một cách nhẹ nhàng. Chúng ta dễ cho rằng, thanh B sẽ làm cho câu thơ yếu đi, uỷ mị nếu dùng với tỉ lệ lớn. Nhưng với Hoàng Vũ Thuật, những thanh B ấy như là điểm tựa của sáng tạo. Thanh B làm cho câu thơ dàn trải, lâng lâng. Từ đó, ông đưa người đọc vào nỗi nhớ, nỗi buồn đau da diết, sâu lắng khi thể hiện tâm trạng *"bần thần mái quê"*.

Bên cạnh việc *"hoà phối"* ở cấp độ ngữ âm, Hoàng Vũ Thuật còn hướng đến *"hoà phối"* ở cấp độ từ vựng, cú pháp. Việc lặp từ (điệp từ), lặp ngữ (điệp ngữ), lặp câu (điệp cú), lặp khổ (điệp khổ) trong các tập thơ đầy sáng tạo. Lặp là hình thức điệp lại nhằm mục đích nhấn mạnh ý, mở rộng ý, tạo nên tính nhạc, gây ấn tượng mạnh cho người đọc. Với ông, lặp lại không chỉ nhằm khẳng định mà còn để tái tạo nghĩa, để nâng cao giá trị, để thơ giàu tính nhạc. Đây là nét độc đáo của tư duy thơ Hoàng Vũ Thuật.

Để mở rộng ý, Hoàng Vũ Thuật điệp từ đầu tiên của mỗi câu thơ: "Một bên anh, một bên em/ Một biển thẳm, một trời đêm mịt mùng/ Một như đã, một chưa từng/ Một lênh lang chảy, một dừng rồi tan.../ Một sinh thành, một tái tê/ Một đi mà ở, một về mà không..." (Đếm). Hình thức điệp này phù hợp với nhan đề bài thơ. Nhà thơ đếm chứ không giải thích. Số đếm không tăng nhưng ý nghĩa thơ đã tăng. Từ chuyện anh, em đến chuyện hợp tan... và đến chuyện sinh tử - lẽ thường trong đời sống.

Với bài thơ *"Lời đồn đại"*, tác giả sử dụng khá thành công với thủ pháp điệp từ và điệp ngữ. Ở khổ một, các điệp ngữ *(rồi sẽ, lời đồn đại, thế kỷ)* điệp đi điệp lại, ôm nhau đi suốt cả khổ. Hình tượng lời đồn đại như được lan rộng, kéo dài không dứt. Sang khổ hai, khổ ba, hình thức điệp cách quảng *(tất bật... tất bật; tôi... tôi; lời đồn đại... lời đồn đại)* lại chuyển bài thơ sang một cung bậc khác, xoay vòng triền miên. Nếu khổ một, khổ hai, khổ ba, lời đồn đại được kể ra, liệt kê các mặt của nó mà nhấn mạnh thì sang khổ bốn, Hoàng Vũ Thuật lật lại bằng điệp ngữ cách quãng giả định: *"Nếu thế gian này trống trơ ảm đạm... Nếu thế gian này người bên người - cái bóng... Nếu thế gian này không ai đồn đại nữa"*. Hình thức điệp cùng với cấu trúc tiền giả định làm nội dung được láy đi láy lại và ý nghĩa thơ được bổ sung. Nếu không có lời đồn đại thì *"Tôi chỉ là khoảng tối giữa em thôi"*. Lời đồn đại là *"con dao hai lưỡi/ Quay bên này ắt chạm mặt bên kia"* nhưng chính nó lại không thể thiếu trong việc nhân đôi tình yêu.

Có lúc Hoàng Vũ Thuật điệp cách quãng câu thơ đầu tiên của khổ thơ *"Người vẫn thường ngày qua phố"* trong bài thơ cùng tên. Mỗi lần điệp cách quãng là một dụng ý nghệ thuật. Điệp lần thứ nhất để giới thiệu *"công việc"* hàng ngày của một người *"ngơ ngác mắt nai"*, mang *"cái túi vải cồng kềnh vắt vai"*. Khổ thơ tiếp theo lý giải cho việc đeo cái túi vải: *"Những câu thơ chứa trong túi vải/ Những bài hát chứa trong túi vải/ Những tiểu thuyết không chương hồi/ Đóng/ Và mở..."*. Khổ ba, Hoàng Vũ Thuật điệp lại để nói đến những con đường người ấy đi. Từ chuyện người ấy đi qua phố bằng bánh xe lăn, ông liên tưởng đến vòng quay của *"năm cửa ô số phận"*. Đó là số phận của những thân phận: *"Áo màu tro nắng mưa trầm tích/ Bụi đỏ Trường Sơn/ Heo may Việt Bắc/ Xao xác rơi chùng cánh rừng già"*. Đến khổ năm, câu thơ lại được lặp lại. Đến đây người đọc mới vỡ lẽ, thì ra người ấy đang trăn trở với cuộc đời *"Mang trên vai/ Trái tim trần gian"*. Những câu thơ đang chơi trò chơi ú tim với người đọc. Tạo những hiện tượng ngẫu nhiên lặp đi lặp lại vốn có của một người như những người bình thường khác, giản dị, đơn độc, nhưng con người ấy lòng luôn canh cánh đang mắc nợ cuộc đời này, trần thế này bởi thiên chức của mình. Bài thơ có năm khổ như năm cửa ô số phận. Dòng thơ càng triển khai càng rút ngắn lại. Đến khổ cuối chỉ còn lại ba dòng thơ. Đó cũng là cách chắt lọc, đầy tình cảm của ông đối với cố nhà văn Nguyễn Đình Thi, người mà tôi biết ông rất quý trọng. Trong bài *"Tiếng cu gù trưa nay Hà Nội"*, tiếng cu gù được lặp lại 5/6 câu đầu bài thơ như một nỗi nhớ da diết, cồn cào về quê hương của nhà thơ: *"Tiếng cu gù Hà Nội đang trưa... Tiếng cu gù động sữa bắp ngô non... Tiếng cu gù oằn nhịp cầu tre cong... Tiếng cu gù bong bóng nổi the mưa... Tiếng cu gù ngấm chén rượu cay"*. Sự trở đi trở lại với tiếng cu gù như một điệp khúc của bài hát. Đó là điểm nhấn kiệm lời. Bài *"Thơ"* cũng là hình thức điệp câu đầu tiên của bốn khổ thơ. Mỗi lần điệp, đường bay của chim rút ngắn lại nhưng ý thơ được giãn nở: *"Những con chim sẻ bay theo bầy đàn... Những con chim sẻ bay về phương bắc... Những con chim sẻ bay theo hình chữ o... Những con chim sẻ rồi ngủ trong lùm tre cổ xưa"*. Đường bay của chim theo bầy đàn, hướng về một phương, theo hình chữ o rồi sẽ ngủ trong lùm tre cổ xưa. Người ta liên tưởng ngay đến đường bay sáng tạo nghệ thuật. Phải chăng đường bay nghệ thuật bấy nay không đổi, luẩn quẩn đang rơi vào ngõ cụt. Giữa các khổ thơ, Hoàng

Vũ Thuật còn điệp các câu thơ: *"anh một mình bay giữa bầu trời rỗng... anh một mình lên phương nam... anh một mình, một bóng... anh mãi thức"*. Cũng sử dụng hình thức lặp nhưng ở đây ý thơ hoàn toàn đối nghịch với cách lặp trên. Và người ta lại có quyền nghĩ, đường bay của anh, của thơ anh không chấp nhận sự đơn điệu, sự lặp lại, sự khép kín.

Điệp ngữ vòng tròn được sử dụng dày đặc trong đoạn thơ: *"Ai sầu ai mộng ai yêu / Ai phai ai thắm ai xiêu ai bền / Ai trúc gãy ai mai lên / Ai trăng rực rỡ ai đèn tái tê?"* (Cây tương tư). Từ *"ai"* bao bọc trong toàn bộ khổ thơ, láy đi láy lại tràn vào lòng người những nghi vấn trước cuộc đời mà không dễ gì giải đáp.

Bài thơ *Gửi trái tim* tiêu biểu cho hình thức điệp khổ. Bài thơ có 8 khổ. Có 4 khổ chỉ có hai câu, trong đó 3 khổ lặp lại y nguyên: *"Em đã bứt khỏi lồng ngực/ Phải không trái tim?"*. Việc lặp lại ba khổ này nhằm nhấn mạnh nội dung được đề cập. Cứ mỗi lần nhấn mạnh, sự giải bày của con người này (bản thể một) với con người kia (bản thể hai) càng mở rộng hơn. Lần thứ nhất, lý giải không chung nhịp đập là vì sự *"cạn hẹp, nông nổi, tiêu điều"* của con người này. Lần thứ hai, điệp khổ để đưa nội dung giải bày sang hướng khác, vượt ra khỏi con người này, hướng đến thế giới bên ngoài: *"thế gian tham lam suồng sã... loài người vốn đố kỵ ghen ghét"*. Giải bày nhưng *"em"* (con người kia) không hề mảy may, nhà thơ điệp thêm lần nữa để lý giải. Lần này, sự lý giải hướng về *"tình yêu"* muôn thủa của con người: *"Tình yêu bão tố, cuồng mê, lưu lạc/ Tình yêu dại khờ/ Tình yêu nhập một/ Tình yêu đất đai, rong rêu, sa mạc"*. Như vậy, mỗi lần điệp là một lần mở ra một cánh cửa mới, đồng thời làm giàu cho cuộc đối thoại. Chính thủ thuật phân thân đã giúp Hoàng Vũ Thuật mở ra một cuộc đối thoại trong độc thoại ngay chính bản thân mình để nói về cõi thế.

Hơn nữa, các câu thơ dài ngắn đan xen, co giãn cũng tạo nên âm hưởng miên man, không dứt cho cuộc đối thoại lạ này.

Nếu xem thơ là thể xác thì nhịp điệu là linh hồn của thơ. Nhịp điệu là sự lặp lại của các âm thanh và của những khoảng lặng ngôn từ. Vì vậy, *"thủ pháp ưa thích của thơ là... sự ám ảnh của nhịp điệu"* (2; tr 662). Nhịp điệu được xem như là một biện pháp tu từ đem lại tính nhạc cao cho thơ. Jakobson dựa vào nguyên lý song hành để chia làm hai loại nhịp: nhịp *"đo lường được"* (nhịp hướng đến sự đều đều luân phiên, nhắc đi nhắc lại một số chu kỳ ngắt câu nhằm thể hiện dụng ý của nhà thơ), nhịp *"phản đề"* (tạo nên sự bất ngờ, hướng đến sự mất cân bằng, phi đối xứng, nhưng vẫn được xây dựng trên nguyên tắc về sự ngắt quãng và vẫn nằm trong khuôn khổ của sự cân đối).

Thơ Hoàng Vũ Thuật là sự hoà tấu của nhịp. Có thể thấy nhịp khoẻ khoắn khi nói về *"Làng không nhà"*, nhịp dồn dập khi nói về *"Cây nhạc ngựa"*, nhịp dàn trải, sâu lắng với *"Đợi"*, nhịp nhẹ nhàng với *"Đếm"*... Hoàng Vũ Thuật tạo nên nhịp *"đo lường được"* bằng cách luân phiên đều đặn cách ngắt câu. Với một số bài thơ làm theo thể lục bát, Hoàng Vũ Thuật tạo nên tính cân xứng trong nhịp nhằm gia tăng tính trữ tình, sâu lắng cho bài thơ bằng cách ngắt theo nhịp chẵn thông thường: 2/4; 2/2/2; 3/3; 4/4; 2/2/2/2... Có thể thấy cách ngắt nhịp này trong một số bài như: Cây tương tư, Hương trấu, Lau trắng, Hoa đá, Động Phong Nha..

Bài thơ *"Hương trấu"* tiêu biểu cho cách ngắt nhịp chẵn truyền thống: *"Mẹ tôi/ nhóm trấu/ trong chiều// Khói xanh/ lên tận/ cánh diều/ ngày xưa// Gió lùa/ vạt áo phèn chua// Mẹ đi/ như thể/ sợi mưa qua đồng"*... Với cách ngắt nhịp chẵn này, Hoàng Vũ Thuật thể hiện được nỗi buồn nhớ quê, nhớ mẹ man mác, dàn trãi. Nhịp thơ tương đồng với nhịp tâm trạng. Hay trong những câu thơ: *"Trời ban mặt đất cho dòng sông/ Trời ban dòng sông cho mặt đất/ Trời ban cánh rừng cho tiếng chim/ Trời ban tiếng chim cho cánh rừng"* (Trời ban). Tất cả đều là nhịp 4/3 lặp đi lặp lại. Các nhịp này thể hiện việc ngẫu nhiên về sự tồn tại của thiên nhiên trời đất. Như vậy, nhịp thơ đều đều làm cho ý thơ được nhấn mạnh và mở rộng hơn. Đó là cách tự nhiên để Hoàng Vũ Thuật tiến đến quy luật muôn đời của con người: *"Trời ban em cho anh / Trời ban anh cho em"*.

2. Thơ ca muôn đời đều bị chi phối bởi hai trục: trục lựa chọn và trục kết hợp. Do vậy, chính nguyên lý song hành đã làm cho thơ mang hai khuôn mặt, vừa tương đồng vừa đối lập. Nghĩa là, bên cạnh những cuộc *"hoà phối"*, thơ ca còn có những cuộc *"trật khớp"*. Nếu sự tương đồng đem đến cho thơ những sự lặp lại đầy tính nhạc êm dịu, nhẹ nhàng thì sự tương phản đem đến những con sóng lạ cho thơ.

Hơn nữa, thơ tự do thường không chịu bất kỳ sự gò bó nào về vần điệu, tiết tấu... Khi xác định tiết tấu ở thơ tự do, chúng ta không nên áp đặt nó vào cách ngắt câu, dừng câu hay ở sự luân phiên bằng trắc mà cần phát hiện ra luồng tình cảm, tâm tư mà tác giả gửi gắm, dàn trải trong toàn bài thơ. Nói như Nguyễn Đình Thi: *"Nhịp điệu của thơ không những là nhịp điệu bằng bằng, trắc trắc, lên bổng xuống trầm như tiếng đàn êm tai... Thơ có một thứ nhạc nữa, một thứ nhịp điệu bên trong, một thứ nhịp điệu của hình ảnh tình ý, nói chung là của tâm hồn... Đó là nhịp điệu hình thành của những cảm xúc, hình ảnh, liên tiếp hòa hợp, mà những tiếng và chữ gọi ra như những ngân vang dài, ngay những khoảng lung linh giữa chữ, những khoảng im lặng cũng là nơi trú ngụ kín đáo của sự xúc động"* (3; http://www.luongson.net/thidan)

Ngắt nhịp, ngừng nhịp theo dòng mạch cảm xúc là điểm chung của các nhà thơ. Hoàng Vũ Thuật cũng nằm trong quy luật đó. Nhưng rất riêng. Trộn mà không lẫn. Trong bài thơ *"Bóng"*, nhà thơ ngắt nhịp rất lạ:

1. *Hãy để / bóng / đi theo người thực*
   Con người này / chỉ có / bóng này thôi
2. *Khi / hai người yêu nhau*
   Họ / chỉ còn / một bóng
3. *Đừng / giận dỗi*
   Xem chừng / bóng vỡ làm đôi
4. *Nỗi đau buồn của người này*
   Là / cái bóng của người kia
5. *Tuổi già / bóng / mãi trẻ*
   Người chết / bóng / sẽ là / cánh chim

Ở câu 1, nhịp 2/1/4 tách từ *"bóng"* thành một nhịp độc lập là một cách để miêu tả và khẳng định cái bóng của mỗi người. Khi để cho nhịp 3 bao trùm đầu và cuối câu thơ thứ hai, nhịp 2 ở giữa cùng với cụm từ nhấn mạnh *"chỉ có"*, Hoàng Vũ Thuật vừa nêu khái quát vừa cụ thể cái bóng của mỗi người. Mỗi người đều có cái bóng của riêng mình. Khổ 2, có nhịp lẻ ở đầu câu thơ nhưng sau đó lại toàn nhịp chẵn để thể hiện sự gắn bó của hai người yêu nhau. Sự gắn bó của hai người được ví như sự gắn bó của *"bóng"*. Để hai người như hình với bóng, để bóng không *"vỡ làm đôi"*, tác giả triết lý *"đừng giận dỗi"* bằng cách lặp lại nhịp lẻ ở đầu câu thơ. Nhưng sang khổ 4, khi nói đến cái buồn của người này và người kia thì nhà thơ không ngắt nhịp mà để nhịp chảy theo dòng tâm trạng *"nỗi đau buồn của người này"* và *"cái bóng của người kia"*. Hoàng Vũ Thuật thật khéo léo khi thể hiện cái bóng của mỗi người. Nhịp thơ không phân tách để thể hiện sự gắn bó trong cái bóng của chính mình. Khổ 5, từ *"bóng"* được tách ra thành một vị trí riêng nhằm nhấn mạnh. Nhưng hai nhịp ở đây tuy cùng nhịp lẻ nhưng ý nghĩa đã khác nhau. Câu thơ thứ nhất để nhấn mạnh sự trẻ mãi của *"bóng"* dù con người có già đi. Câu thơ thứ hai lại là cách thăng hoa *"bóng"* khi định nghĩa nó là cánh chim. Cánh chim bay đến cõi hư vô, thanh bạch. Cõi Thiền. Chính Lê Xuân đã rất tinh tế khi nhận xét bài thơ "Bóng" của Hoàng Vũ Thuật: *"Năm khổ thơ như ứng với ngũ hành: Kim, mộc, thuỷ, hoả, thổ. Hoặc như triết lý sống của nhà Phật về cuộc đời của mỗi con người phải trải qua vòng: Sinh, trưởng, lão, bệnh, tử"* (4; http://www.nguoibanduong.net).

Như vậy, cách ngắt nhịp như thế nào, đạt được hiệu quả thẩm mĩ ra sao đều tuỳ thuộc vào tài năng của nhà thơ. Người đọc thông qua cách ngắt nhịp, điểm ngừng mà tìm sự va chạm của các mạch ngầm gây nên hiệu ứng mới cho ý nghĩa thơ.

Theo R. Lowth, các kiểu song hành khác nhau (song hành do đồng nghĩa, song hành do phản đề và song hành do tổng hợp) thường hòa lẫn vào nhau mang đến cho cấu trúc toàn thể một vẻ đẹp hoàn mỹ. Nghĩa là, nhạc thơ không chỉ đưa đến cho người đọc những giai điệu thuận, êm dịu, nhẹ nhàng mà còn đưa đến những giai điệu nghịch, day dứt, réo rắt… Chính các kiểu đối, tương phản cũng tạo nên một cung bậc riêng trong thơ.

Hoàng Vũ Thuật sử dụng đa dạng cấu trúc đối xứng để tăng thêm tính nhạc. Cấu trúc đối xứng diễn ra từ một câu thơ đến hai câu thơ, đến cả khổ thơ và đến cả toàn bài. Đây là những cuộc *"trật khớp"* để gây nên hiệu ứng nhạc. Song song đối ngẫu trong thơ Hoàng Vũ Thuật là những song song như hai mặt của bàn tay. Ông xây dựng nó bằng tư duy triết học nhị nguyên: đối cực giữa âm - dương, giữa không – có, giữa còn và mất… Điều này, tạo nên phong cách riêng của nhà thơ. Đó là những cuộc đối ngẫu: Về không gian: *"Một gần, gần đến đa mang / Một xa, xa đến phũ phàng còn xa"*. Về thời gian: *"Khoảnh khắc ngày vàng và đêm thâu"*. Về mùa: *"Mùa mưa nhớ qua mùa nắng / Mùa sáng nhớ mùa mù đen"*. Về thiên nhiên: *"Gió và nắng, mây và trời, sóng và cát"*. Về ngày: *"Một ngày vui, một ngày thương tổn"*. Về tiến thoái lưỡng nan: *"Một bước lên, lại một bước lùi về"*. Về tình yêu: *"Giữa yêu cuồng mê và chán chường mỏi mệt"*. Về tan hợp của số phận: *"Tan hợp, hợp tan vô chung vô thuỷ"*. Về rủi và may: *"Sấp và ngửa, rủi và may, tất cả bày đặt trớ trêu"*. Về khoảng cách của tâm hồn: *"Giữa khoảng cách buồn vui, yêu ghét"*. Về niềm vui và bi kịch: *"Không giải nổi niềm vui và bi kịch"*. Về quên và nhớ / đục và trong / nông cạn và xa vời / không và có: *"Giữa quên và nhớ / Đục và trong, nông cạn và xa vời / Một cái gì như không mà có / Cho ta tìm mãi trọn đời"*. Về con người: *"người tính nóng, người đãng trí quên cả tên người yêu / người cẩn thận, người luộm thuộm, người hay cười / người mặc cảm, chán chường, người đa tình số một / người lạc quan, phóng khoáng, người lặng im / người thông minh, người nhẹ dạ, người hay buồn"*... Những cuộc đối ngẫu này như những làn sóng, khi mạnh mẽ vỗ vào bờ, khi nhẹ nhàng trở lại hoà mình vào biển khơi. Chúng tạo nên những trọng lượng riêng, giữ câu thơ trong thế thăng bằng. Chính cái thế thăng bằng làm lộ ra tư duy triết học của Hoàng Vũ Thuật.

Như vậy, sự lặp lại, sự đồng nhất hay sự sai khác, sự dị biệt về mặt ngữ âm và từ vựng đều tạo nên một toàn thể phong phú, thẩm mỹ. Thơ Hoàng Vũ Thuật là những bài ca với những cung bậc đa dạng. Sau này, nhất là từ tập thơ *"Đám mây lơ lửng"* trở đi, ông muốn thoát vần, thoát nhịp, câu thơ hoàn toàn phóng túng tự do. Thậm chí ông không sử dụng các dấu chấm, dấu phẩy... không viết hoa cả địa danh tên người, tên bài thơ. Dường như ông muốn đi tìm một thứ nhạc tính riêng của mình, không giống ai. Ông muốn bản thân các chữ trong bài thơ tự nói lên hết những gì mà ông đã uỷ thác cho nó. Những bài thơ ấy chứng minh cho một quan niệm về vần điệu, nhạc tính, mà như Nguyễn Đình Thi từng nói ở trên, đó là nhịp điệu hình thành từ những *"nơi trú ngụ kín đáo của sự xúc động"*. Vì thế, giải mã thơ Hoàng Vũ Thuật phải tìm cái chìa khoá nơi tâm hồn ông, ẩn trắc và kín đáo như ông đã viết: *"mấy vạn hơi thở đến được cõi ấy / khoảng cách yêu và giận / đủ nhận biết mình"* (nghiệm).

Hoàng Thụy Anh

---

(1) *Thi học và Ngữ học*, NXB Văn học, Trung tâm nghiên cứu Quốc học, 2008.
(2) Henri Benac, *Dẫn giải ý tưởng văn chương*, NXB Giáo dục, Hà Nội, 2005.
(3) *Mấy ý nghĩ về thơ*, http://www.luongson.net/thidan
(4) *Bài thơ "Bóng" của Hoàng Vũ Thuật*, http://www.nguoibanduong.net

- ĐỊA CHỈ: HOÀNG THỤY ANH, TẠP CHÍ NHẬT LỆ, ĐƯỜNG NGUYỄN VĂN LINH, THÀNH PHỐ ĐỒNG HỚI, QUẢNG BÌNH

- ĐT: 0915277116

- TK: HOÀNG THỊ QUỲNH ANH, NGÂN HÀNG AGRIBANK, 3809205008582, CHI NHÁNH TRẦN HƯNG ĐẠO, ĐỒNG HỚI, QUẢNG BÌNH

HOÀNG VŨ THUẬT
VỚI NHỮNG CÂU THƠ ĐẸP NHƯ NỖI BUỒN

Thái Doãn Hiểu

Thoạt nhìn, thơ Hoàng Vũ Thuật ngỡ như chẳng có gì đặc sắc. Nó bình lặng, hiền hoà như dòng sông trắng(*) Nhật Lệ quê anh. Đó là thứ thơ có duyên ngầm - duyên lặn vào trong. Thơ Hoàng Vũ Thuật là những bức tâm cảnh gợi cảm rung lên nhè nhẹ khi sóng lòng xô dạt đến.

Chất thơ Hoàng Vũ Thuật lãng đãng như đi trong chiêm bao, giống như "Cái bóng mình đưa đẩy mình đi". Anh đi tìm cái thực, cái đẹp. Nó thực đấy nhưng chỉ là một chân như ảo ảnh. Với một giọng điệu riêng, thanh khiết và lặng lẽ, nhà thơ hé mở những vẻ đẹp sâu kín trong hồn người, rồi bỏ trống đó cho người đọc tự giải mã lấy. Thơ Hoàng Vũ Thuật lưng lửng những câu hỏi vừa gợi mở vừa bí ẩn đặt ra ngoài câu chữ "Cái dấu chấm cuối cùng ai biết được - Rơi vào đâu trong số phận mọi người...". Có cả những chi tiết tưởng như vớ vẩn nhưng thực ra chẳng vớ vẩn chút nào. Ta bắt gặp nhà thơ có lần ngồi lặng thinh trước những vỏ bao thuốc lá, loay hoay muốn sắp xếp lại ý nghĩ của mình. "Trong đêm trắng vắt ngang sợi tóc xanh". Khi "Chạm tới cái âm thầm" chợt thấy "tháng ngày thả lửng nhạt thênh", nhận ra cái không hoàn hảo của đời người, anh đã "muốn vò nát ném đi thật xa" dũng cảm phủ nhận cả chính mình! Ta bắt gặp trước ngàn lau trắng, nhà thơ đứng trầm ngâm cảm hoài "Người đi đi mãi chưa về". Có lúc nhà thơ lại hoài niệm về những quả dâu da chín lỡ thì trong ấn tượng để tiếc thương cho tình yêu một đi không trở lại. Có lúc nhà thơ còn để mắt đến chỗ gió thông thống thổi dưới chân cầu thang nơi giáp ranh với cái chết. Có lúc ta lại thấy nhà thơ phải co ro tù túng trong chật hẹp "Anh ngồi như nhốt trong lòng nước", để rồi "Tôi bối rối khi lòng mình bị trói", đầu óc cứ đinh ninh "Người này chỉ cái bóng người thôi"! mà tâm can dào lên thắc mắc "Sao con người không vốn dĩ là hoa?". Có lúc ta lại nhà thơ thật cô đơn "Chỉ còn ta như cây thông bạc thếch - Chơ vơ trong vắng lặng chiều nghiêng", để khuya về "Tôi thổi tắt ngọn đèn - Giấu mình trong gió bấc". Có lúc ta lại thấy nhà thơ chếnh choáng "Cây vịn đôi bờ men ngấm say", lúc ngơ ngẩn "Năm tháng vơi theo hàng cây rụng lá", lúc hối hả "Nhạc ngựa thành cây dồn dập giữa thời gian", lúc mơ màng "Sương bảng lảng và mây vàng bảng lảng" lúc thảng thốt "Đông vội vàng thả những cánh heo may", lúc say đắm "Nắng mềm cong mái phố" lúc mê man "Ngọn gió đồng quẩy hương về các ngả", lúc lãng tử "Mặt trời đang thì mười tám - Nắng dâng những giọt men vàng - Trái đất đa tình phiêu lãng - Quên cả thời gian, không gian", lúc quay ngược dòng ký ức "Vòm trời lả say trên mái phố - Chú chuồn chuồn chấm một dấu son - Ai đính tuổi thơ ta lên đó?" để người thơ được sống lại những phút thảnh thơi trong hoài niệm "Sương khuya tóc xoã - Dài thêm sông hoài - Mà con thuyền ấy - Giờ về trong mây...".

Trong "Nỗi đau cô thành đá xám" nghiệt ngã, cái đau lặn xuống, niềm vui nổi lên. Thế là "Tóc xanh chàng đã lặng thinh cuối chiều", Hoàng Vũ Thuật chờ ai và ai chờ? Bạn đọc lo lắng thay cho nhà thơ đang chơi vơi giữa khoảng không vô định

"Và mong đợi những điều không mong đợi...". Trong trạng thái chống chếnh tỉnh thức đó, Hoàng Vũ Thuật đã hái được những câu thơ đẹp như nỗi buồn.

Hoàng Vũ Thuật mang mang tâm trạng buồn nhưng biết tự chủ, nhanh nhẹn quay trở về bản thể của ngọn lửa, âm thầm cháy trong mạch tư duy của mình. Tỉnh táo và sâu lắng, ý nghĩ của thi nhân thật mông lung không cùng:

Ôi ánh sáng lạnh băng
Có gì trên cao ấy?
Cái khoảng sáng vô biên
Chỉ mình tôi nhìn thấy

(Chỉ mình tôi)

Trong hồn nhiên ánh mắt có một nguồn sáng lạ lùng dẫn dắt Hoàng Vũ Thuật đến với thế giới bàn tay trái của riêng anh, cái thế giới mà người làm thơ ít ai đi về phía ấy. Thế giới bàn tay trái là thế giới gì vậy? Đó là sự huyễn tưởng khác thường, nơi "con sông chảy ngược, cá bơi trên bờ, chim lặn xuống nước và tôi thành trẻ thơ". Qua tâm tưởng của nhà thơ mọi cái phi lý đều trở thành cái có lý.

sương cài lên ngực màu thiên thanh
vội vã không từ biệt
cây cứ xanh ngoài lời
trinh bạch vạn năm trước
ngày cứ dài như cây

(Lập thể)

Sẽ là một sai lầm nếu xăng xái lật tìm những tư tưởng mới lạ trong thi phẩm Hoàng Vũ Thuật. Những ý tưởng đại loại như "Bắt đầu từ ngọn lửa - Rốt cuộc là tro than - Bắt đầu từ trái tim - Sẽ bùng lên ngọn lửa" (bắt đầu) không có mấy trong thơ Hoàng Vũ Thuật. Anh không coi trọng và thực ra anh chẳng cần đúc kết các tư tưởng triết học trong thơ làm gì. Anh làm thơ là để thanh hoá tâm hồn anh. Trước cuộc đời và cuộc người, với niềm riêng bối rối, Hoàng Vũ Thuật tìm thi liệu ở ngay mình, rồi viết cho chính mình. Thơ anh chảy giữa xúc cảm bâng khuâng hồn nhiên, tươi trẻ như máu thịt sự sống.

Hãy để bóng đi qua người thực
Con người này chỉ có bóng này thôi

Khi hai ta yêu nhau
Họ chỉ còn một bóng

Đừng giận dỗi
Xem chừng bóng sẽ tách đôi

Nỗi đau buồn của người này
Là cái bóng của người kia

Tuổi già bóng trẻ mãi
Người chết bóng sẽ là cánh chim

(Bóng)

Thơ Hoàng Vũ Thuật như thần tiên ma quái, đọc lần thứ nhất chẳng thấy gì. Đọc lại lần thứ hai, cảnh tình ứng hiện. Đọc lần thứ ba, "Bao nhiêu chữ nghĩa bay đi hết", chỉ còn lưu lại một giải sương trắng lung linh. Kinh thi không chữ chăng? Hồn thơ Hoàng Vũ Thuật có một cái gì đó rất mơ hồ, phải lắng nghe bằng cả tâm thức mới mong lĩnh hội hết được.

mưa trên mười ngón tay dài
mười cây nến tan chảy
đóng vững dưới bàn chân

đất khát nở chật đêm
sông Ngân cuồn cuộn ngàn sao lóng lánh
ta không qua được

(Mưa trên mười ngón tay dài)

Người đọc cảm nhận được hiện thực nơi cái lung linh mờ tỏ từ sự phát hiện sức sống chứa trong những nghịch lý "Những bông hoa trên cát" đến "Nét hoa văn mang hình ngọn lửa" trên trống đồng Ngọc Lũ biểu trưng cho sự sống bất diệt của dân tộc thời mở cõi. Từ đó, nhà thơ nghĩ xa, nghĩ gần tới "Người giữ lửa vừa đi đâu đó", tới "Giữa mịt mùng hoang dã, chói lọi mặt trời", tới thời hiện tại "Mẻ thép ra lò ráp thô" đến "Hoa phượng sân trường áo đỏ". Từ sự xâu chuỗi liên tưởng thú vị đó, phương pháp đồng hiện đã tô đậm hình tượng thơ làm cho nó thành hình khối.

Có một dòng thơ chảy ngầm náo nức, say mà không đắm trong tâm tưởng nhà thơ. Hoàng Vũ Thuật không đưa đẩy, không biến hoá chữ nghĩa. Anh viết thật trong sáng:

Ai mơ màng dưới tán những chiếc ô
Ai phấp phỏng dưới hiên nhà nước sũng
Ta cháy bùng trong ngọn lửa mưa

(Mưa qua mặt trời)

Thương biết mấy là thương khi anh dành cho mẹ:
Gió lùa vạt áo phèn chua
Mẹ đi như thể sợi mưa qua đồng

(Hương trấu)

Từ một tâm trạng bàng hoàng sống trong ảo giác giữa trần trụi đời thường:

Buổi trưa không có mặt trời
Ta cầm tù giữa vòng nhật thực
Em bé ngã mũ xin một đồng rơi
Bàn tay non xoè ngôi sao sáng rực

(Trưa nhật thực)

Đến nét đẹp và thơ của một làng quê:

Con đường nhỏ lặn vào con đường lớn
Nếp nhà xưa ngơ ngác nếp nhà nay

(Làng)

Sương như thoi kén bọc mái nhà
Ếch kêu cắt đêm ra từng chặng
Những vì sao lảo đảo bước trong mây
Đêm bào thai
Kiếp ngày

Tiếng gà vắt ngang rặng tre sớm
Đánh thức hương vườn chim
Trên thềm
Lấm chấm
Dấu chân rêu

(Dấu xuân)

Hay:

Nhà loi thoi trên doi cát bạch Đằng
Nửa như ngủ, nửa vừa như thức

(Qua sông Bạch đằng gặp những câu thơ cũ)

Nơi thánh địa của văn chương, anh ngồi trầm tưởng:

Những lá thông reo nghìn tiếng lạ
Một thoáng như đắm trong ngẩn ngơ

(Trưa trong vườn Nguyễn Du)

Trong tình yêu, để mặc "Trái tim gõ nhịp tự nhiên", Hoàng Vũ Thuật yêu "Em chính là ngày tháng của anh" và được yêu "Em đến như là nắng đến thăm". Khi đang yêu "Em tiễn biệt mùa đông ra cửa - Mưa bên này, bên ấy nắng se", mới thấy hết cái ngọt ngào "Một nụ hôn ẩn tích - Sững sờ hóa thạch chốn mê cung". Vòng đời luân chuyển, đã đến lúc những cặp tình nhân hốt hoảng nhận ra:

Sẽ vô nghĩa nếu thời gian ngừng lại
Thời yêu nhau ta phung phí quá chừng
Những giận dỗi để nhiều đêm thức trắng
Ta đâu biết thời gian nghiệt lắm
Lặng lẽ trôi ngoài cửa sổ vô tư
áo ta mang bạc trắng tự bao giờ?

(Với thời gian)

Khi chia tay "Em đi rồi trống rỗng cả câu thơ". (Em ở đây cần được hiểu là người tình, là thơ, và là ... bạn đọc!):

Nửa nụ hôn đầy ta đã gửi
Lên mặt hồ trong suốt đời ta
Còn một nửa chìm trong tê tái
Theo mùa thu thời ấy đi xa

(Mùa thu trước)

Trong tình yêu, Hoàng Vũ Thuật tìm thấy bất hạnh trong nỗi bất hạnh hơn là tìm thấy hạnh phúc trong niềm hoan ca. Người Mỹ nói "Yêu là điên" kể cũng đúng.

Tôi bay khỏi hành tinh khi em cúi mặt
ánh đèn vụt tắt
bỏ lại sau lưng trái đất hệt quả cam
trôi giữa dòng sông vàng bất tận
đôi tay trần xẻ nắng mặt trời
quấy lên những đám mây yên nghỉ nghìn năm
em cái mỏ neo cắm vào đất
giằng kéo đời tôi bằng sợi dây thừng hoang dã
những vết cắt trên ngực tứa máu
tôi bay như đứa bé khát nũng
bứt khỏi vòng tay mẹ
chờ tiếng gọi yêu thương để lại quay về

(Khát)

Buồn thay! Đúng là đau như tử biệt sinh ly. Hoàng Vũ Thuật mường tượng ra cảnh cho đến khi nằm dưới huyệt lạnh, nhà thơ còn nhìn xuyên cả bóng tối:

Mắt em ánh sao hiện tới
Ngày xưa từng dắt thơ đi
(Đề trên bia mộ ngày sau)

Cả những khi "Anh líu ríu những lời vô nghĩa" thì nó vẫn là những lời có nghĩa thật. Là một người có tâm hồn thanh thoáng và từ tâm "Không bao giờ nguôi đi khát vọng, nguôi đi niềm say mê, nguôi đi tình yêu của mình" (Nguồn sữa nuôi tôi). Anh nguyện "Tôi thành cây cho điệu ca đến ở", có lúc anh lại khiêm nhường muốn làm "Lặng thầm một chiếc neo" trên sông biển.

trên đồng cỏ mượt mà loài dế nỉ non
bài hát tuổi thơ
về một thế giới xanh bất tận
trên cát bỏng xương rồng khô khan
tua tủa gai nhọn
chọc thủng trời sâu
trên sóng bạc đầu truyền kiếp hải âu
sải cánh dệt miền huyền thủy
trên mây tím thổn thức ngàn năm
trôi dạt không chốn nương thân
trên dư vị hoàng hôn đánh thức
chán chường cây lá
dưới nắng và gió
anh đợi

(Anh đợi)

Hoàng Vũ Thuật đôi lúc không chủ tâm lập tứ cho bài thơ của mình, khi ấy tứ thơ tan biến vào trong mạch chảy câu chữ.

Tâm hồn anh cứ chơi vơi, nuối tiếc, dắt nàng thơ đi miên man "Lang thang qua xứ sở phiêu bồng", không định hướng.

Hàng nghìn năm nhân loại mỗi người một quân cờ vô định
đường lạc đà hun hút bão cát xô lệch mặt người
kẻ đào huyệt tự chôn mình dưới chân Kim Tự Tháp
bầy chó sói nơi cánh đồng hoang hú rống đêm thâu
người gieo vãi nhặt hạt mạch thơm bên dòng sông Nin chảy xiết
xích sắt mòn cổ chân nô lệ da đen
vó ngựa Vạn Lý Trường Thành lốc cốc tiếng ống xương va vỡ khô khan
cuộc cờ âm thầm hết về nam lên bắc lên bắc lại về nam
(Cuộc cờ)

Nhà thơ có lần thổ lộ: "Thơ tôi là những hạt cát li ti giữa hai nếp nhăn vầng trán mẹ tôi. Nó là dòng chảy buồn buồn như dáng mẹ mảnh khảnh một mình băng qua cồn cát khi ánh tà xuống, hoặc những lúc bất ngờ gặp trận bão táp dữ dội ... Thơ tôi viết về cái nghiệt ngã, nỗi khắc khoải, dằn vặt về thiên nhiên, về đời sống, về tình yêu ... thông qua dòng chảy ấy, viết về vẻ đẹp của nỗi buồn" (Nguồn sữa thơ tôi). Anh luôn khích lệ người đọc "Em đừng buồn - Điệu ca buồn hơn thế", "Rồi mùa đông sẽ qua - Như mùa thu đi qua".

Khi hiện thực lên đến đỉnh thì nghệ thuật cất cánh bay vào thế giới tượng trưng. Gần chục năm nay thơ Hoàng Vũ Thuật đang có xu hướng rũ bỏ hiện thực, cách tân siêu thực. Hoàng Vũ Thuật trăn trở, hăm hở đi tìm cái đẹp và cái mới trong Tháp nghiêng và Đám mây lơ lửng cùng những bài mới viết sau hai tập này.

xoá đi rồi vẽ lại
nghẹt thở

thêm một nét gầy thêm một nét
chết lặng dưới chân cầu thang

nàng khóc

(Họa sĩ)

Trong chất siêu thực nhà thơ đang hướng tới, Hoàng Vũ Thuật viết được những câu thơ có sức nặng 'Trăng bồ liễu - Trăng như cỗ quan tài thủy táng", hay " Chân lý đường cong - Cái nhíu mày - Đủ cho người ta đi thụt lùi ra cửa", hay " kẻ mộng du dò từng bước một - những bóng ma tự vuốt lấy mặt mình" (Kiếp hoa). Và, thật là khởi sắc trong bút pháp:

nằm dưới kia
một ông vua một hoàng hậu một người hầu
một thanh gươm một tuấn mã một mê nón
một lệnh truyền một trống giục một lời van
một trung thực một đớn hèn một điên loạn

(Lăng tẩm)

Có khi, Hoàng Vũ Thuật viết «trốn chạy thế giới nghiệt ngã - câm lặng nấm mồ chật hẹp - dưới vực thẳm tình yêu - em trao hết anh tất cả thuần khiết - mà thế gian gạt bỏ» (Đọc Kafka). Thật là bâng khuâng một tâm trạng cô liêu mình anh riêng một thế giới.

Trước sau, Hoàng Vũ Thuật vẫn giữ được chàng thiếu niên trong hồn mình. Nhà thơ nhìn đời bằng cặp mắt xanh non ngơ ngác, tơ đàn dễ ngân lên ngợi ca vẻ đẹp tiềm ẩn ở mỗi con người, mỗi cuộc đời bằng những cái vu vơ, những chuyện đâu đâu trong sự cảm thông tinh tế giữa khoảng khắc giao thời của tâm linh.

Mỗi ngày gần, gần như thế
Tan trong câu dòng nhựa nguyên lành

Mỗi ngày xa, xa như thể
Một kẻ biển biếc, một non xanh.

Một ngày vui, một ngày thương tổn
Đầy lên hai nửa con người
Hạnh phúc và nước mắt
Hai nhịp thuỷ triều khôn nguôi

(Mỗi ngày)

Ra đời trong gió Lào cát trắng với bom đạn chiến tranh khốc liệt, Hoàng Vũ Thuật đã luyện cho mình một giọng thơ trầm tĩnh. Thơ anh nặng giãi bày nội tâm. "Chất cá thể thiên bẩm" (chữ Vũ Quần Phương) đó thường gây được ấn tượng ấm và sáng.

Phải tận cùng nước mắt
Tận cùng nỗi khổ đau
Cho câu thơ được thật
Nửa hồn tôi phía sau.

Cái "Nửa hồn tôi phía sau" ấy của nhà thơ thật quý phái sang trọng. Bản thể thơ Hoàng Vũ Thuật đẹp và buồn. Buồn trong niềm vui, vui trong nỗi buồn.

Chỉ mình tôi lúc này
Nỗi buồn sâu hơn biển
Ngàn con sóng khỏa đầy
Không thể nào lấp kín

(Chỉ mình tôi)

Mặc dù tự nhận mình là Thi sĩ đen nhưng hồn thi nhân trong suốt như thuỷ tinh dễ vỡ, người nói năng thật nhỏ nhẹ cứ như sợ làm giật mình cả cỏ cây.

Là người "trò chuyện với vĩnh hằng", cảm hiểu và thông tỏ được "sự huyền diệu của thiên nhiên" nhà thơ kể rằng "có lần, trong đêm sao dày, một tinh cầu đã chạm vào môi tôi".

Thơ Hoàng Vũ Thuật là những tiếng thầm thì gió nước của mùa thu diệu vợi dễ huyễn hoặc những linh hồn trinh trắng.

Mùa đông chưa kịp tới
Mà thu đi lúc nào?
Giữa hai mùa vời vợi
Chỉ còn anh và sao

(Sao và anh)

Không rõ nhờ đâu mà những tín hiệu ngôn ngữ trở thành tác phẩm nghệ thuật? Nhờ điều gì giúp ta mà Bá Nha dùng tiếng lòng riêng đồng điệu được với tri âm? Thơ là gì vậy để mỗi khi những Tử Kỳ lắng nghe tự tạo ra từ trường mới với sức hút mạnh ghê? Cái ma lực ấy sẽ ở lại trong hồn người, ám ảnh đeo đẳng mãi, đôi khi làm luôn nhiệm vụ hướng đạo cho người ta? Nó là sản phẩm của nhà thơ hay chính cuộc đời? Những câu hỏi ấy ngỏ hầu được thi nhân trả lời bằng chính các dòng thơ máu huyết chảy ra từ tâm trạng day dứt đầy những khát vọng tin yêu.

Ta lần lữa như người ra chợ
Khi quay về chợ vãn, xế trưa

(Với thời gian)

Lẽo đẽo giữa chiêm bao trong cõi vô thường, Hoàng Vũ Thuật luôn cảm thấy mình là người chậm trễ đến sau, hồn thắc thỏm như vừa đánh rơi một vật gì quý lắm.

- Nhà văn Việt Nam hiên đại Quảng Bình, Chi hội nhà văn Quảng Bình-2001

Thái Doãn Hiểu

(*) Thơ Hàn Mặc Tử viết về con sông Nhật Lệ:
Chị ấy năm nay còn gánh thóc
Dọc bờ sông trắng nắng chang chang.

HOÀNG VŨ THUẬT
MỘT CHẶNG ĐƯỜNG THƠ

Hà Quảng

Hoàng Vũ Thuật là nhà thơ trưởng thành từ thời chống Mỹ. Mảnh đất khói lửa Quảng Bình làm nền cho những vần thơ bi tráng một thời và chính cái chất bi tráng đó phần nào tạo được nét riêng trong cái nền thơ chung hào hùng thời bấy giờ. Quảng Bình quê hương anh, nơi sản sinh nhiều nhà thơ nổi tiếng. Ít nhiều trong tâm khảm, nơi sâu kín nhất hồn thơ anh từng vang vọng âm hưởng thi ca của Hàn Mặc Tử, Lưu Trọng Lư, Nguyễn Xuân Sanh, Xuân Hoàng... Lúc nào con người thơ thường trực trong anh cũng được bồi đắp những cảm hứng nhân sinh, gắn bó với thời cuộc. Cho đến nay anh đã đi một chặng đường dài trên con đường thơ với một hoài vọng, tự tin, riêng và quả thật diện mạo thơ của anh bây giờ đã khác trước rất nhiều. Đã có mươi đầu sách, mỗi đầu sách là một cố gắng tự đổi thay để bắt gặp khuynh hướng chung của thơ đương đại và anh đã theo kịp.

1. Những thoáng phiêu diêu tâm linh

Không khó tìm thấy cái mới trong thơ anh khi ta tiếp cận bất cứ bài thơ nào, tuy nhiên sự thành công, cái nét riêng, cái phẩm tính thi ca trong bộn bề câu chữ đọng lại nơi hồn người đọc lại không hiện lên vội vã hào nhoáng mà có phần đằm sâu, buộc người đọc phải lưu ý làm quen với cách cảm thụ mới không quá thiên về ý thức, về tư tưởng như cũ. Trước kia thơ anh cũng như các nhà thơ cùng thế hệ ngồn ngộn chất sống và chi tiết đời thực, nay đã có phần hoà trộn thực tại với những cảm thức tâm linh. Cái mơ hồ, thoáng đôi chút linh giác vô thức, sự ngụ ý triết lý trừu tượng đằng sau những cảm nhận cụ thể đã làm nên cái sương khói khiến người đọc lắng đọng, muốn tìm tòi suy cảm sau những buồn vui vội vã.

Trước sự mất còn của một sinh thể tác giả thấy "nghi lễ phục sinh lộng lẫy/ giữa lạnh lẽo đêm dài/ thiên thần/ thiên thần/ tôi thảng thốt trong mê/ sau nghìn năm vẫn thấy mình đang bay/ trên chiếc khăn nâu huyền thuỷ" (nghi lễ). Cõi đời vô thuỷ vô chung, đời như giấc mơ lớn "xử thế nhược đại mộng" mà người xưa từng nhắc đến nay tác giả cùng chung một cảm khái "ba vạn chín nghìn bậc ta chưa hết một nghìn/ thôi ngủ đi ngày mai biết đâu rồi khác/ ta gõ tiếng chuông cho số kiếp lạc loài/ mây trắng chở về miền thiên hư" (k). Băn khoăn về cõi thực, nghĩ suy về cõi ảo... đó cũng là niềm day dứt của bao thế hệ thi ca Á Đông chứ không phải riêng Hoàng Vũ Thuật.

Ở góc suy tưởng tâm linh, hình tượng thơ của Hoàng Vũ Thuật không đi theo lối tả thực mà hồn thơ ấy bảng lảng - tâm thức: người ơi. Người hay trăng muộn/ mọc xế góc đời ta đây/ ta mong manh. Và ta lơ lửng/ vô hồn giữa những đám mây (vầng trăng hiền thục)

Hay:

*nàng lơ đãng nàng không nhìn rõ
vòng luân hồi xô đẩy đêm nay
ta chỉ là linh hồn cây cỏ*

*ta muốn ngừng hơi thở sau cùng
để ánh sáng vầng trăng khâm liệm
chôn đời ta dưới gốc trần gian*

(cây trần gian)

Khi cảm thức đã lấp đầy hư ảo thì cú pháp cũng xô đẩy bộn bề. Chính sự vật vờ mông lung của tâm thức, tạo nên cú pháp lạ:

*đây vầng trăng. Đám mây cổ
lang thang nét hoa văn. Và gió
và gương mặt hiền thục hiện về
mùa thu bỏ quên đôi guốc đỏ*

(vầng trăng hiền thục)

Câu thơ tự do, lối vắt dòng không mới, nhưng những thi ảnh ẩn dụ và siêu thực trong thủ pháp cấu tứ, vẫn làm nên cõi huyền ảo và thi vị của hình tượng thơ. Đôi khi phảng phất hơi thơ cổ: tiếng gà vắt ngang rặng tre sớm/ đánh thức hương vườn chín/ trên thềm/ lấm chấm/ dấu chân rêu, vẫn gợi cảm và làm giọng thơ thêm đa dạng. Nhưng từ một lối viết lấy sự song hành phản ánh thực tế làm nền, đến lối viết nặng về sự suy nghiệm, chúng tôi muốn lẩy ra một vài nét mới trong những sáng tác gần đây để thấy con đường sáng tạo của anh luôn chứa đựng nhiều tìm tòi và độc giả có thể chờ đợi một cách lạc quan ở một hồn thơ còn đang độ sung sức.

2. Cái Tôi nhọc nhằn thế sự

Đọc thơ Hoàng Vũ Thuật rất khó thấy rõ cái hình hài cụ thể của hiện thực, anh cũng có nhắc đến những hàng cây, bến đò, con phố..., nhưng đó chỉ là những cái bóng hiện về trong tâm tưởng, là cái cớ để anh bày tỏ những suy cảm của mình. Đó là cái mạnh nhưng cũng là cái khó của thi sĩ. Thơ thể hiện nội tâm dễ trừu tượng, đôi khi rất chênh vênh trên nhịp cầu hư tưởng. Hoàng Vũ Thuật cố gắng thử sức mình theo dấu chân các nhà thơ lớn đương đại, có bài thành công, có bài đang trải nghiệm, nhưng đó là hướng đi đáng trân trọng, trên con đường thơ khổ hạnh và không chịu cũ mòn. Với anh, vừa có nét riêng của cá thể vừa trong dòng chảy biến thiên của lịch sử để mà tiến về phía trước cho dù trải bao vật vã, khó khăn và mất mát chăng nữa:

một cái gì đó hiện hữu sẽ tốt lên rất nhiều
cho mỗi thời khắc sống hướng về phía trước
anh đã bước không mệt mỏi
bằng đôi chân nối dài
mảnh ghép quả cảm

(một cái gì đó)

Nhà thơ luôn trăn trở trước cuộc sống với nhiều nghịch lý để tiếp cận được "ánh sáng", tự thức về cõi thế:

ánh sáng mở ra phía bên này
như trang giấy với nhiều dòng gạch xóa
ánh sáng hệt nét mắt buồn
nhìn ngày tháng cạn dần trôi đi
gạch xóa lên trang giấy đời tôi

(di sản)

Trước ánh sáng chân lý, anh "ngộ" ra một điều, nhà thơ là một hành nhân lãng du tha hương lạc lối đang tìm về với những gì gần gũi mà thân thuộc, từ cõi ảo trở về với bến thực: một ngôi nhà con, một giếng cát đầy, một thân cau, một lá trầu cay, một tiếng chim khuya khoắt, một tia nắng ấm mai này.

Cảm thức "mấy độ tha hướng lạc lối về" (trong ánh sáng ảo) ta gặp không ít trong thơ, tuy nhiên Hoàng Vũ Thuật vẫn có cách thể hiện riêng làm bồi hồi người đọc, đó là sự "tìm về trong ánh sáng ảo". Sự an ủi mới ở trong mơ, còn trong cõi thực có khi còn xa vời như cái ảnh hồ nước trong sa mạc. Chính đó là cái tôi nhọc nhằn trong thế sự, là cái nghịch lý của tha nhân mà J.Pônxac người thầy của Chủ nghĩa hiện sinh nhiều lần nhắc đến.

Cảm thức "tìm về" là một nét đậm trong thi hứng Hoàng Vũ Thuật. Tìm về với quá khứ, với tuổi thơ, với quê hương, những kỷ niệm một thời dẫu vui, dẫu buồn đều mang đến cho anh sự giàu có về tình cảm. Cả những dấu ấn cội nguồn, lịch sử để nhận chân được ý nghĩa đích thực cuộc đời qua những hình hài mà lớp tro thời gian hình như đã vùi lấp và lãng quên:

nằm dưới kia
một ông vua một hoàng hậu một người hầu
một thanh gươm một tuấn mã một mê nón
một lệnh truyền một trống giục một lời van
một trung thực một đớn hèn một điên loạn
một ngọn lửa một đêm tối một chiều tà
một vận hạn một thức thời một nguyền rủa
tất cả dưới kia...

(lăng tẩm)

Sắc sắc không không, hào quang vương đế một thời qua đi, trên di hài cũ còn lại chùm hoa mần trầu-một biểu hiện nhỏ bé của sức sống tự nhiên. Tứ bài thơ mới, hình ảnh "động", tương phản giữa quá khứ và hiện tại, giữa mất đi và còn lại, giữa "câm lặng" và "lên tiếng" cuối bài "xoáy" vào người đọc một cảm giác lạ: trầm mặc thành quách/ câm lặng/ lên tiếng/ bên ngách tường/ xoáy/ chùm hoa mần trầu.

Nghịch lý cuộc đời, nhưng hữu lý trong sáng tạo, nhà thơ đi qua thời gian, đi qua không gian tìm về những ký ức, lật xới để chiêm nghiệm một ứng xử nhân sinh: năm ngày lặn giữa cánh rừng/ trườn qua lối mòn vắng dấu chân/ gai nghìn tuổi xẻ đôi lòng tay/ lá trăm năm mài mòn vòm ngực/ anh là con thú ngồi liếm vết thương.../ năm đêm ngụp trong đám tinh vân/ nhào lộn với bầu trời đen đặc/ đôi cánh tả tơi đôi cánh mọc dậy/ chấm sao linh ứng vỡ oà/ anh là chim báo khản giọng mùa qua (năm ngày đêm).

Bài thơ là một ẩn dụ cả về đường đời lẫn đường thơ. Có nhà thơ thế kỷ trước ví thi sĩ như con chim bồ nông tự cắn vỡ ngực mình đem sự sống cho thơ. Nhà thơ thời nay thấy mình như con thú ngồi liếm vết thương sau chuyến băng rừng đầy gai góc, như chim báo bão khản giọng sau bao đêm ngụp lặn trong bầu trời đen mong tìm một quầng sáng, một nghiệm sinh cho Thơ!

3. Những câu thơ hoa vỡ

Tuy không có nhiều bài thơ nghĩ về nghề, nhưng trong một số ý tứ độc giả vẫn nhận chân được những suy nghĩ của anh về nghệ thuật, về người nghệ sĩ. Thơ không thể tách rời cuộc sống, mãi mãi mang ơn Đời:

bông hoa vỡ ngàn cánh máu
rỏ xuống lót ổ câu thơ
bào thai thiên thần

(hoa vỡ)

Thơ phải thể hiện nhịp thở cuộc sống, dẫu trực tiếp hay gián tiếp, dẫu êm ái hay dữ dội, thơ luôn phập phồng hơi thở cuộc sống, chính sự phập phồng đó tạo nên chân giá trị của Thơ: con thuyền neo hai bờ sông mắt/ những câu thơ phía bên kia tường/ vọng tới mái ngói đã ngủ.../ phố hệt người đàn bà/

im lìm giữa cát và sóng/ câu thơ cơn gió chướng/ phập phồng vạt áo tơ (đêm Xuân Sách).

Vượt lên kỷ niệm một thời, gián tiếp qua những bức chân dung thơ của nhà thơ Xuân Sách, tác giả muốn gửi gắm một tâm sự, một ai điếu cho quá khứ, rút ra những bài học cho sáng tạo nghệ thuật hôm nay. Những thăng trầm hiện trên trang giấy:

hiện ra trên trang giấy những gương mặt
chằng chịt đường gân thớ thịt căng phồng

cái thời
trên gương mặt ấy
chân lý đường cong
cái nhíu mày
đủ cho người ta đi thụt lùi ra cửa

Và:

trên trang giấy gương mặt ông vẽ
máu thấm bao cánh hoa
không còn hương sắc
những cánh hoa
bốc cháy
nơi miền đất chết

gương mặt của cõi người
ông để tang từng số phận

(chân dung)

Thơ Việt đương đại xuất hiện nhiều lối viết mới thể hiện sự tìm tòi và chí hướng cách tân của nhiều tác giả, tuy đã có những thành công nhưng họ không muốn dẫm lên vết chân của người đi trước và cả vết chân của chính mình. Không thể không nhắc đến bầu không khí hội nhập, sự giao lưu thơ ca thế giới đã ảnh hưởng và góp phần cho sự đổi mới cá tính sáng tạo của một thế hệ thi ca Việt. Dòng thi ca tâm linh kết hợp chất siêu thực Tây phương với sự hư ảo triết lý Á Đông đã có những thi phẩm tạo được chú ý của độc giả. Hoàng Vũ Thuật là một trong số các tác giả đó, nhà thơ có quan niệm sống và quan niệm thơ ca nhất quán và cấp tiến. Anh không chọn con đường bằng phẳng dễ dãi, vì như vậy "sức sáng tạo bị chững lại". Hướng về cái mới, đề cao cá tính sáng tạo, dấu ấn cá nhân - nhân tố tạo sức sống bền lâu cho thơ ca, như chính Hoàng Vũ Thuật suy nghĩ: "...Chúng ta đều nhận thức tác phẩm văn học mang dấu ấn cá nhân thường là tác phẩm giàu năng lượng sáng tạo, thu hút người đọc và sức sống bền lâu. Bởi vì bản sắc xã hội của mỗi người là những hạt nhân tích cực góp phần làm nên cá tính sáng tạo. Không nhà văn nào khi cầm bút lại không say sưa với những chi tiết đời thường nhỏ nhặt, khuất lấp đâu đó, trái nghịch đâu đó, nhưng đó là những nét có khả năng khái quát tô đậm bức tranh rộng lớn, thấm đẫm thân phận của một cộng đồng, một dân tộc. Tôi e rằng cứ chăm chăm vào cái lớn lao, say mê với viễn cảnh bao la trời đất dễ dàng không nhìn thấy nơi mình đang đứng, bóng dáng cụ thể của chính mình" ("Tự do sáng tạo và xu thế hội nhập" - Tham luận tại Hội thảo Văn học với xu thế hội nhập, các tỉnh bắc miền Trung-Sầm Sơn,Thanh Hóa, 17-18/12/2008).

Hà Quảng

Ngôi nhà cỏ, NXB Hội Nhà Văn, Hà Nội, 2010

THẾ GIỚI TƯƠNG HỢP TRONG THƠ HOÀNG VŨ THUẬT

PGS, TS. Hồ Thế Hà

Hành trình thơ Hoàng Vũ Thuật trải dài gần 40 năm với những thăng trầm, vinh quang và hệ lụy. Và ở từng chặng hành trình, Hoàng Vũ Thuật đã lấy thơ ca làm cứu cánh, làm chứng chỉ văn chương và tâm thức sáng tạo của mình với quan niệm nghệ thuật sáng rõ như trong lời tự bạch, anh viết: "Với tôi, hầu như tất cả những sản phẩm sáng tạo đều xuất phát từ một chuyện buồn, một niềm cô đơn, vật vã. Câu thơ vui cũng hình thành từ nước mắt. Cô đơn là một đặc tính của con người. Trong ý niệm tương đối, cô đơn thuộc phạm trù cái đẹp. Tôi coi trọng cái riêng con người, chất cá thể con người, nên có lúc bài thơ bật ra trong trạng thái vô thức. Thơ chính là mảnh tâm trạng, cõi riêng thân phận, một cảnh huống đơn độc của con người"(1). Đến với thơ Hoàng Vũ Thuật, tôi chọn chìa khóa nội tâm này để tìm ra cơ chế tâm lý sáng tạo trong hai tập thơ "song sinh" của ông được xuất bản năm 2010: Ngôi nhà cỏ (Nxb Hội nhà văn) và Màu (Nxb Lao động).

Điều nhận xét đầu tiên và tổng quan của tôi về hai tập thơ này là ở chất đời, chất triết lý nghiệm sinh được tác giả nghiền ngẫm từ kinh nghiệm buồn của chính mình và thế giới chung quanh trên chất liệu ngôn từ được tổ chức và tư duy theo "một hệ thi pháp" mang tính sáng tạo riêng độc đáo, mới mẻ hơn so với các tập thơ trước. Sự tiết kiệm ngôn từ và ưu tiên thể hiện chất thơ trên trục lựa chọn mà nhà thi học R. Jakobson quan tâm chính là ý thức sáng tạo mà Hoàng Vũ Thuật đã theo đuổi và thành tựu. Chính điều đó đã làm cho chất thơ và sự tạo sinh nghĩa trong thơ Hoàng Vũ Thuật trở nên đa dạng, biến ảo, lấp lánh lời giải đáp về những điều muôn thuở của cuộc sống và hiện sinh con người. Chỉ riêng phẩm chất ấy thôi cũng đủ để thơ ông hấp dẫn độc giả bằng những tầm đón đợi và đón nhận khác nhau. Với ý nghĩa đó, hai tập thơ đã trở thành thông điệp da diết về cõi người, kiếp đời vẫy gọi liên chủ thể tiếp nhận.

Bài thơ Chân dung có thể xem là cái nhìn đồng cách hóa để Hoàng Vũ Thuật nói lên quan niệm của mình về sứ mệnh của thi ca:

hiện ra trên trang giấy những gương mặt
ông đã vẽ trang trọng và
mực thước
chằng chịt đường gân thớ thịt căng phồng
lửa đèn tắt sáng nụ cười trên môi
thời sủng ái

...

trên trang giấy gương mặt ông vẽ
máu thấm bao cánh hoa
không còn hương sắc
những cánh hoa
bốc cháy
nơi miền đất chết

(chân dung)

Ở đó, nhà thơ tự vực dậy những hiện hữu và hư vô, những tiềm thức, vô thức và ý thức để nhận biết bóng tối và ánh sáng, ngày và đêm, bão tố và bình yên, dịu dàng và cuồng nộ, qua đó, thấy hết những đối lập và sinh thành của vạn vật cũng là một thực tế có tính bản thể triết học mà con người phải đối diện để tồn tại và hành động như một chủ thể hiện sinh tự nghiệm: "mấy vạn cánh chim đến được phương ấy – khoảng cách ngày và đêm – đủ nhận biết vũ trụ... mấy vạn bước chân đến được miền ấy – khoảng cách tối và sáng – đủ nhận biết thế giới... mấy vạn lời nguyền đến được chốn ấy – khoảng cách bão tố và bình yên – đủ nhận biết nhân gian ...mấy vạn hơi thở đến được cõi ấy – khoảng cách yêu và giận – đủ nhận biết mình" (nghiệm). Qua thơ, Hoàng Vũ Thuật luôn nghĩ và đặt ra những câu hỏi trùng điệp về những điều có tính hằng cửu và tính khoảnh khắc của cuộc sống và con người, như cách để tự nhận thức và kêu gọi mọi người cùng nhận thức:

một cái gì đó hiện hữu sẽ tốt lên rất nhiều
cho mỗi thời khắc sống hướng về phía trước
anh đã bước không mệt mỏi
bằng đôi chân nối dài
mảnh ghép quả cảm

Cứ thế, nhà thơ làm người hành trình đơn độc trong đêm tối, có khi vấp ngã, nhưng liền đứng dậy và mong thấy một cái gì đó hiện hữu trước mặt mình để được tin yêu và có hình bóng để làm điểm tựa tinh thần "dẫm lên cơn đau đơn độc – đạp đổ khoảnh khắc bóng tối nhìn ra vĩnh hằng và – anh tìm thấy – một cái gì đó" (một cái gì đó). Phải tin vào những quy luật tương đối của tự nhiên và cuộc sống xã hội như thế thì mới mong nhận thức và tìm lối thoát trong tư tưởng và cảm tính để đối diện với sự thật:

có lẽ nghìn năm đã trôi qua
trong giấc ngủ không là giấc ngủ
trong tỉnh thức không là tỉnh thức
trong cái chết không là cái chết

(giao cảm)

Hoặc:

hết con đường gặp con đường lại con đường
thăm thẳm
dấu chân mờ tiếp dấu chân chồng dấu chân
cuộc chạy trốn phiêu pha nghiệt ngã
sẽ rụng rơi như trái chín qua thời
sẽ vụn nát những điều chưa tới
thất vọng còn thất vọng nữa
(thất vọng còn thất vọng nữa)

Trong hai tập thơ, ta bắt gặp một một thực tế có tính dụng điển của Hoàng Vũ Thuật. Đó là hình tượng và tư tưởng lạc lối hay mất tích cũng thế. Đó phải chăng là sự vô nghĩa lý và bất ổn của cuộc sống trước những rào cản của hiện thực mà con người quyền lực cố tình bày ra để hạn chế con người nhỏ bé mà F. Kafka đã nhìn thấy từ lâu trong Lâu đài và Vụ án. Đó có thể xem là tâm lý hậu hiện đại kiểu "như người điên đi trong dầm dã – hai mươi năm sau – không biết nơi nào để dừng" (mưa trên mười ngón tay dài):

- anh ngược con đường
để trở về con đường khác
(ngược)
- đi trọn một năm vẫn không
ra khỏi vùng ám tượng
lưỡi hái thần chết
đốn ngã linh hồn
...
đi trọn một đời vẫn không
ra khỏi cuộc tranh giật

nghìn cánh tay giơ cao
biểu quyết
không biết nữa cái gì xảy ra
ý tưởng chắp nối lạc vần
rung trên sợi dây mặc cảm
lửa

(ý nghĩ vụt hiện)

Bài thơ K đặt vấn đề về hiện tồn và hư vô khi chính con người không thể trả lời cho những câu hỏi day dứt do chính mình đặt ra: "liệu chúng mình còn sống được tới hôm sau – bốn bề núi và núi – bốn bề đá và đá – bốn bề suối và suối – sương âm u run rẩy bốn bề – trái đất chật chội thế này ư". Và một nỗi cô đơn đồng hiện hữu:

biết nói thế nào với K
ba vạn chín nghìn bậc ta chưa hết một nghìn
thôi ngủ đi ngày mai biết đâu rồi khác
ta gõ tiếng chuông cho số kiếp lạc loài
mây trắng chở về miền thiên hư

ngủ đi ngủ đi K
đàn bướm ngoài kia đã ngủ
ngọn nến vàng rũ xuống từ lâu
mặt trời cuộn tròn đêm
trắng

Hình như không chỉ có con người - chủ thể có ý thức mới cảm nhận được nỗi cô đơn và lạc lõng ấy. Hoàng Vũ Thuật đã thấy được cả sự mất tích và lạc loài của các sự vật, hiện tượng trong không gian. Bài chó con là một trường hợp đáng thương như thế:

đứng trước cổng nhà
ngơ ngác

*người người bận rộn vô ra
một con chó con tội nghiệp
quên mất đường về
lang thang*

(chó con)

Với bài thơ đọc Kafka, theo tôi là một thực tế cho thấy, ở một ý nghĩa có tính triết lý, con người là một thế giới xa lạ với thế giới thực tồn. Khi ấy, muốn cô đơn cũng không được phép cô đơn, muốn trả lời cho những nghi vấn cũng không thể trả lời cho những nghi vấn, chỉ còn biết dùng phép thắng lợi tinh thần, ước mơ vào một thế giới trời ban cho trong tưởng tượng:

*trốn chạy thế giới nghiệt ngã
câm lặng nấm mồ chật hẹp
dưới vực thẳm tình yêu
em trao hết anh tất cả thuần khiết
mà thế gian gạt bỏ*

*chết miền phục sinh
phôi thai từ thế giới khác
em gọi thế - giới - trời - ban - cho
không có hạnh phúc giống nhau
không có cay đắng giống nhau
gương mặt anh và em hai nửa trái đất hợp lại
đơn lẻ cơn đau đến mức không hiểu nổi
ai sinh ra ta và ta sinh ra ai
chỉ tiếng khóc vỡ òa tồn tại
đứa bé
rời bụng mẹ bước ra ngoài*

*như chiếc lá khan buồn mất ngủ
trên nhành cây cạn kiệt thân hình*

ta ngù ngờ u mê ương dại
thế giới là ai
và ta nữa là ai
(đọc Kafka)

Trả lời phỏng vấn của Nguyễn Đức Tùng về mục đích và khát vọng sáng tạo thi ca, Hoàng Vũ Thuật quan niệm dứt khoát: "viết để giải tỏa ẩn ức luôn đeo đẳng mình, viết cho mình. Tôi quan niệm rằng, thơ là dấu ấn cá nhân. Dấu ấn từng cá nhân làm nên dấu ấn xã hội. Một xã hội tốt đẹp hay không, hãy nhìn vào từng cá thể ấy. Tôi cự tuyệt với những thứ thơ chung chung, những thứ thơ lấy đề tài, chủ đề làm thước đo cho nghệ thuật. Vì thế, các nhà thơ đích thực, họ luôn cô đơn trước đám đông, thậm chí bị khích báng, lên án hoặc chỉ trích" (2). Như vậy là đã rõ. Trong hai thi phẩm Ngôi nhà cỏ và Màu, Hoàng Vũ Thuật đã tạo được tâm thức sáng tạo khớp với quan niệm và tư tưởng trên. Và may thay, những khát vọng thi ca ấy không mất hút giữa rổn rang câu chữ, mà chúng biến thành thế giới tương hợp mới mẻ trong thơ. Nhiều bài thơ hay được cấu trúc theo trục lựa chọn với kiến trúc hiện đại, hình thức tự do, tổ chức câu thơ theo dòng tâm trạng, có khi vô thức, trực giác và vắt dòng theo nhịp cảm xúc thế sự, triết lý. Kết cấu theo nhịp thơ lỏng và chặt, đan xen, kiệm lời làm cho thế giới hình tượng lung linh, lạ hóa nhưng lại có sức năng động, bùng nổ bên trong, bên sau, bên xa của bề mặt câu chữ. Tôi gọi đó là thơ tạo nghĩa hay thơ ẩn dụ, thơ tượng trưng cũng thế.

Những bài thơ hay đều có những đặc điểm thi pháp nói trên như: Hạt cúc Thăng Long, Trên cánh đồng anh, Mắt đêm, Phác thảo, Khát, Ảo giác, Dấu lặng, Gãy khúc, Vô thức, Những mảnh vỡ không nhìn thấy... (Ngôi nhà cỏ), Đọc Kafka, Màu, Điều ấy có nghĩa gì, Viết dưới tượng Exênhin, Đo, Lăng tẩm, Chân dung, K, Nghiệm, Tại vì, Tháp, Mãi viên trà... (Màu). Hai tập thơ xuất bản cùng thời gian và có lẽ cũng sáng tác cùng thời gian nên thống nhất về phương thức biểu hiện và giọng điệu. Nghệ thuật hiện đại và dấu ấn hậu hiện đại được quan tâm tăng cường đã làm cho thơ Hoàng Vũ Thuật có những phẩm chất nghệ thuật mới, nhưng vẫn dựa vào cảm xúc chân thành và triết luận thâm thúy thời hiện đại. Vì vậy, tránh được sự làm dáng đáng trách như một số nhà thơ trẻ thường mắc phải. Ý thức cách tân thơ luôn thường trực trong từng cảm giác bé nhỏ của mình trước hiện thực cuộc sống đang từng giờ thay đổi đã thôi thúc Hoàng Vũ Thuật phải cách tân bút pháp, phải tạo ra mối quan hệ hài hòa mới giữa chủ thể sáng tạo và khách thể thẩm mỹ: "Nghệ thuật vì thế không thể bằng lòng với những gì đã có, rập khuôn, trùng lặp cái xưa cũ. Nghệ thuật phải làm cuộc cách mạng tự thân để đáp ứng nhu cầu thẩm mỹ mới của công chúng... Có điều, sự thay đổi của thơ không phải sự thay đổi thiên về mặt chữ nghĩa, nặng về hình thức. Cảm xúc con người không đứng yên, luôn ở trong thế vận động. Cảm xúc không thăng hoa, không nhập thần, thơ sẽ trở thành thứ xác chữ. Con sông sáng tạo chẳng khác nào mặt hồ phẳng lặng, buồn tênh"(3).

Những giả định "giá như mọi vật đồng nghĩa với cái không tồn tại – giá như cứ thế mà xa cứ thế mà quên" luôn xuất hiện trong thơ Hoàng Vũ Thuật, như là những mệnh đề thao thức thơ về nhân tình, thế thái. Chúng như những "bông hoa vỡ ngàn cánh máu – rỏ xuống lót ổ câu thơ – bào thai thiên thần". Hàn Mặc Tử cách đây hơn nửa thế kỷ cũng đã có những liên tưởng kỳ lạ như thế: "Sao bông phượng nở trong màu huyết – Nhỏ xuống lòng tôi những giọt châu" nhưng không táo bạo như Hoàng Vũ Thuật:

sao không được làm sao đổi ngôi
đốt cháy đêm đông đặc
sao không cuộn tròn hạt nước
chìm vào thâm u

*sao không được làm đá sỏi
rơi theo nhau nát vụn cùng nhau*
(hoa vỡ)

Nỗi hẫng hụt để biết đời đang thường trực những nỗi buồn thánh thiện lại là những ý nghĩ cứu rỗi dính kết vào nhau để linh hồn được phiêu diêu trong cỏ cây, hoa lá, để chứng thực những mảnh đời bé mọn đang từ bi dưới cánh lá bồ đề: "nấp dưới cánh lá bồ đề màu phật – một cô bé một thiếu nữ một người mẹ - cô bé vắt tuổi thơ qua đồi sim – thiếu nữ mười sáu lần trăng đỏ - người mẹ đội nước lên chùa" (mãi viên trà). Và cũng chỉ có cách đó, nhà thơ mới chứng kiến những hiện thực đang diễn ra trước mắt mình:

*mười lăm phút dư thừa đói nghèo khôn dại
chiếc gương phản chiếu hành tinh
trẻ và già gái và trai hiền và dữ
tóc nâu tóc vàng tóc xanh
cuối mùa thu rừng phong trút lá
trơ trọi mình họa sĩ giữa khung đêm*
(họa sĩ trong công viên kuntura)

Tất cả điều ấy có ý nghĩa đánh thức những tiềm lực, những va chạm và rạn vỡ khiến con người không thể thờ ơ trước những biến động của thời hiện đại, dù có lúc họ tỏ ra bất lực, bởi "mọi thứ – dài – và – ngắn – hơn tôi tưởng",mọi thứ đều vụt hiện vụt biến:

*vì những tháp chuông nhà thờ
nối với một ngôi sao
vì chú lạc đà trong công viên bỏ quên sa mạc
vì đôi chân trần bạch dương quyến rũ*
(điều ấy có ý nghĩa gì)

Cho nên con người cũng phải nương vào vũ trụ để tồn tại, để làm lại những tương hợp, sinh thành, dù điều đó không phải dễ: "làm lại thế giới đã khó – làm lại con người càng khó hơn", nhưng dù sao cũng phải làm lại từ đầu:

thế giới còn phải làm lại từ đầu
huống gì một con người
thế giới sắp xếp tưởng đã ngăn nắp qui củ
thế rồi xáo tung lên tất thảy

tôi cũng là thế giới
tự đảo lộn mình
đi đứng nói cười kiểu của mình

(thế giới và tôi)

Tác giả thao thức về một cõi mê lộ có dấu chấm linh huyền để "cho tôi – thêm lần trời rộng – thêm lần mặt đất trinh bằng – cho tôi – từ không đến có – thêm lần hư thực – thực – hư" (cõi). Và một sự thánh thiện khác lại bắt đầu đánh thức những tiềm lực mới như "đàn kiến kia – với bài ca diệu kỳ – bài ca cuộc hành trình vòng quanh trái đất" (kiến). Và hệ quy chiếu hồi sinh cũng lại nảy mầm:

như suối nguồn thơm thảo
miên man
hết tháng cùng năm
hạt thánh
nảy nở muôn loài

như bừng bừng của lửa
làm nóng ran tế bào ngủ quên
rực rỡ trên đỉnh hoan lạc
uyển chuyển
vầng trăng cong

(sự thánh thiện)

Trong thơ Hoàng Vũ Thuật, câu chữ thường lưu vong

trong thế giới siêu thực để hư vô hóa những hệ lụy và bất ổn của cuộc sống hiện tại. Và sau miền hư vô, hoang tưởng ấy, nhà thơ phải thốt lên "a men - a di đà – tôi giật lùi và chắp tay lên ngực" để sau đó, chính mình lại được hiện hữu trong một vũ trụ tinh thần khác đầy tin yêu, hoan lạc: "anh ngược con đường – để trở về con đường khác". Ở đó, ngày đêm vần vũ theo nhau, chống chọi với cô đơn và tật nguyền để hiện về gương mặt đồng trinh thanh khiết:

từng ngày từng ngày từng ngày
từng đêm từng đêm từng đêm
cây khô lại mướt sao tàn lại hiện
(năm ngày đêm)
Và một khát khao mới lại bắt đầu:
tôi bay khỏi hành tinh đến hành tinh khác
em vẫn đợi nơi ngõ nhà trái đất
tôi đứng một mình cây cột đèn
đêm đêm hắt bóng loài người đi qua
tôi bay giữa muôn chiều giãn nở phập phồng
cõi phù sinh
ẩn hiện biến tan trong bóng tối

(khát)

Bài thơ Lăng tẩm là một tương hợp, một đúc kết mang tính khái quát vĩnh cửu về trầm luân kiếp người, không phân biệt đẳng cấp, hư vô hóa mọi thực thể:

nằm dưới kia
một ông vua một hoàng hậu một người hầu
một thanh gươm một tuấn mã một mê nón
một lệnh truyền một trống giục một lời van

nằm dưới kia

một hộp sọ một ống xương chân một đốt lóng tay
một trung thực một đớn hèn một điên loạn
một ngọn lửa một đêm tối một chiều tà
một vận hạn một thức thời một nguyền rủa

nằm dưới kia
tất cả dưới kia
không tan chảy không đông đặc không biến hóa
không lắng xuống không đầy lên
hợp duềnh bể máu

(lăng tẩm)

Thế giới màu trong thơ Hoàng Vũ Thuật hầu như bị khúc xạ và hóa thành những ảo giác, những nghi vấn: "tôi quay sang trái – đen và đen và đen – tôi quay sang phải – đen và đen và đen" (màu). Cuối cùng, khát vọng của con người vẫn là ước mơ vào những điều hằng cửu như "giá đỡ những trang sách mở ra số phận – cay đắng hạnh phúc" để mãi mãi niềm mong đợi thành huyền khải ban đầu, bởi vì : " thế giới tồn tại nhờ cứu rỗi – thế giới tồn tại nhờ tử tế" (tử tế). Vậy tại sao con người không hy vọng và mong đợi vào "tính bổn thiện" của con người?

trên đồng cỏ mượt mà loài dế nỉ non bài hát
tuổi thơ
về một thế giới xanh bất tận
trên cát bỏng xương rồng khô khan
tua tủa gai nhọn
chọc thủng trời sâu
trên sóng bạc đầu truyền kiếp hải âu sải cánh
dệt miền huyền thủy
trên mây tím thổn thức ngàn năm trôi dạt

không chốn nương thân
trên dư vị hoàng hôn đánh thức chán chường
cây lá dưới nắng và gió
anh đợi

(anh đợi)

  Anh đợi như cây thánh giá thay đồng hồ điểm giờ cho tháng năm dích dắc trên miền đất hoan cảm. Sự phục sinh trở nên kỳ diệu làm sao qua khát khao tương ngộ giữa con người và vũ trụ: " hãy đến cùng tôi hoa ơi – hãy đến – tôi mở tung cánh cửa ngực mình – trái tim tôi – chiếc bình không vỡ - sẽ là nơi cắm xuống mối tình" (hoa ơi hãy đến). Ở đó, những giọt đắng sẽ nâng bước ta đi: " ta đi hay đời đi – những bước chân khởi thủy – những bước chân hoang tàn – những bước chân hiện hữu" (đắng). Dù có " phô bày trước ánh sáng – khỏa thân đêm tân hôn" thì cũng chỉ có đêm mới xóa đi tất cả. Và khi ấy, bóng tối trở thành màu cứu rỗi cho những tâm hồn nguội lạnh, cho những hồi sinh bắt đầu quên - nhớ từ những mảnh vỡ hư vô và hiện hữu. Cứ thế, thơ Hoàng Vũ Thuật vẫn đang trên hành trình về phía da diết bản thể người. Với thơ, Hoàng Vũ Thuật mãi còn làm người nô lệ khuân vác chữ nghĩa đi trong hoàng hôn buồn bã, bình minh vui không phải chỉ cho mình mà chính là cho thi ca.

  Hai tập thơ, một hành trình nghệ thuật chưa kết thúc, Hoàng Vũ Thuật đã vắt kiệt tâm hồn mình để đi và đến, để nhớ và quên, để yêu và giận, để buồn và vui. Sau những câu thơ rướm máu là những giọt nghĩ đứt nối trong đêm không phải chỉ cho mình mà chính là cho những điều hằng cửu của cuộc sống và thi ca. Thế giới màu trong ngôi nhà cỏ của Hoàng Vũ Thuật lung linh mỗi sáng mà ở đó luôn có sự giao động giữa ánh sáng và bóng tối, giữa ngày và đêm, giữa hiện hữu và hư vô, giữa hiện thực và siêu thực, giữa thất vọng và hy vọng. Nhiều bài thơ hay, nhiều câu thơ tài hoa, nhiều cấu trúc nghệ thuật mới mẻ đã làm nên tính hiện đại trong thơ Hoàng Vũ Thuật, nhưng rất tiếc, trong bài viết ngắn này, chúng tôi chưa thể thao tác để giải mã nghệ thuật cấu trúc của từng bài thơ được. Thế giới tương hợp trong thơ Hoàng Vũ Thuật vẫn đang vẫy gọi sự đồng vọng của những độc giả đồng sáng tạo.

Vỹ Dạ, 19 tháng 8 năm 2010
PGS, TS. Hồ Thế Hà

---

(1) Nhà văn Việt Nam hiện đại, Nxb Hội nhà văn, tr. 289.
(2) Nguyễn Đức Tùng, Thơ đến từ đâu, Nxb Lao động, 2009, tr. 436.
(3) Nguyễn Đức Tùng, sách đã dẫn, tr. 428 - 429.

CÓ MỘT ĐƯỜNG THƠ MANG TÊN HOÀNG VŨ THUẬT

PGS, TS. Nguyễn Thái Hòa

Lòng còng...
lòng còng...
gõ vào đêm vội vã
tiếng cuộc đời trôi dạt trên sông
qua những tháng năm cơ cực
tiếng mõ gọi bao xóm làng thao thức
mẹ ơi!

(Tiếng gõ chài)

Từng có lúc tiếng gõ chài trong thơ Hoàng làm tôi trăn trở; không vì tiếng gõ khi gần khi xa vang lên trong tịch mịch đêm trường, mà vì tiếng kêu thảng thốt "Mẹ ơi!" day dứt trong thơ anh. Hình ảnh người mẹ gắn với làng quê, gắn với những kỉ niệm tuổi thơ nhọc nhằn cơ cực, như một hoài niệm xa xôi hơn là một kí ức gần gũi.

Đọc thơ Hoàng tôi càng thấy lạ! Lạ thật! Tuổi thơ của Hoàng sống ở Bình Trị Thiên khói lửa, trong chiến tranh hủy diệt của thực dân Pháp (phá sạch, đốt sạch và giết sạch). Đến khi trưởng thành lại gặp một cuộc chiến tranh hủy diệt thứ hai đến cả đất đá cũng thành tro bụi. Nhưng ấn tượng để lại trong tập thơ chọn lọc Cỏ mùa thu (NXB Văn học 1994) không phải là những hình tượng lửa khói, tiếng kêu thét căm thù vang tận trời xanh mà lại là những hình ảnh thật nhỏ bé, thật thân quen: Một con chim ri rí kiếm ăn trên bãi biển mênh mông vời vợi; một cụm hoa lông chông chạy nhảy trên trảng cát; một bông xương rồng bé tí trên "bãi sa trường" (chữ của Nguyễn Tuân); một viên gạch vỡ nát hòa vào vũng nước đỏ như máu bên cạnh bức tường bị bom xé toạc làm đôi. Và giọng thơ Hoàng thì trầm mặc u buồn, vẻ ưu tư của những người sống sót sau trận giết chóc, nỗi buồn của một người chịu nhiều khổ đau.

Ngoài ra, ở những bài thơ khác còn có cái mới về hình ảnh, về từ ngữ. Nhưng hồi đó (hơn hai chục năm trước) tôi nghĩ Hoàng cũng làm thơ thời thượng theo mốt mới, như những thơ thời thượng nhan nhản trên báo chí. Nhà thơ Chế Lan Viên từng viết, đại ý: Làm thơ cho lạ, cho mới thì có khó gì, nhưng lạ thế nào, mới thế nào mà đến được với người đọc thì đâu có dễ. Gần đây (2010) Hoàng cho ra đời hai tập thơ in liền trong một năm: Ngôi nhà cỏ (NXB Hội nhà văn) và Màu (NXB Lao động). Một nhà thơ tuổi ngoại lục tuần đã đạt mấy giải thưởng thơ, bền bỉ với thơ như một cái nghiệp (chứ không phải một nghề) làm tôi phải đọc lại những tập thơ của anh từ Những bông hoa trên cát (1979), Thơ viết từ mùa hạ (1984), Gửi những ngọn sóng (1986). Thế giới bàn tay trái (1989), Đám mây lơ lửng (2000), Tháp nghiêng (2003), Ngôi nhà Cỏ và Màu (2010) để hiểu thêm cái nghiệp của anh.

Rõ ràng có một đường thơ Hoàng Vũ Thuật và tôi đã lần theo con đường ấy. Ban đầu đường khá rộng và dài với những hình tượng lan trải, với những nhịp điệu mềm mại bằng phẳng, nhưng càng về sau nhất là từ Đám mây lơ lửng trở đi thì thơ bung nở nhiều hình ảnh, nhiều ấn tượng. Con đường đó càng ngày càng thắt lại, hẹp dần. Ngay tiêu đề của những bài thơ cũng đủ thấy: từ " Những bông hoa trên cát", chỉ còn lại là "hoa vỡ"; từ "Cỏ mùa thu" lớn rộng là thế chỉ còn lại "ngôi nhà cỏ", và "cỏ"; từ nhiều màu sắc trong mắt anh nơi anh đi qua trong nước và nước ngoài, chỉ còn lại một tín hiệu duy nhất "Màu", một thứ màu không tên, thậm chí chỉ còn màu đen "tôi quay sang trái/ đen và đen và đen/ tôi quay sang phải/ đen và đen và đen// tấm ra trải giường điệp điệp/ không màu// Còn tôi / màu gì…///(Màu)

Đừng vội quy chụp cho Hoàng cái nhìn bi quan, thậm chí "phản động". Hoàng đã nói đúng như nhà bác học Issac Newton từ thế kỷ 17: vật thể vốn không mầu, chỉ có màu nhờ ánh sáng. Và sau ông ấy, các nhà du hành vũ trụ thấy vũ trụ đen ngòm như mực và tĩnh lặng ghê người! Và cũng chẳng cần lý thuyết gì, ai chẳng thấy đêm đen ngòm chiếm nửa thời gian một ngày 24 tiếng. Và đêm tối lại là cái phút giao hoan của giới đực và giới cái tìm đến nhau để phát triển nòi giống của nhiều loài trên trái đất. Có lẽ là Hoàng không được Newton và các nhà sinh học gợi ý mà chính là thơ anh dẫn đường đến cái bản thể nguyên lai của thế giới! Vì vậy, anh có một đường thơ riêng, không giống ai.

Cho nên, phải tìm cách đọc thơ Hoàng. Phải tìm ra kiểu tư duy lạ và mới trong thơ Hoàng. Và cũng cần cảnh giác: không phải cái gì lạ cũng đều là mới và không phải cái gì mới cũng đều là lạ!

***

Tôi đã học nhiều cách để đọc thơ Hoàng:

a. Đọc theo con đường trực cảm, tiếp nhận ấn tượng nguyên bài, nguyên khối thì chỉ đọc được một số bài thơ của những tập thơ đầu. Càng về sau càng bí bét vì không hiểu.

b. Đọc theo lối tình cảm thì cũng thấy Hoàng giàu tính nhân văn, san sẻ cho cả những động vật, những thực vật li ti, tội nghiệp.

c. Đọc theo lối so sánh, (so sánh thơ Nguyễn Quyến, Lê Đạt, Vi Thùy Linh) cũng thấy được một số điều thú vị, nhưng lại không rõ nét đường thơ của Hoàng.

d. Đọc theo lối thi pháp cấu trúc mà Roman Jakobson danh tiếng đề xuất thì cũng chỉ gặt hái được trên bề mặt mà không thấy bề sâu, bề xa của nhà thơ.

đ. Cũng không thể đọc theo lối chăm chăm dõi theo tư tưởng (tư tưởng chính trị, tư tưởng xã hội, tư tưởng triết lí). Tìm mãi tư tưởng chính trị trong thơ cũng không thấy vì Hoàng chỉ làm nghệ thuật. Không rõ nét tư tưởng chính trị, nhưng thơ Hoàng có tư tưởng triết lí mà càng về sau hiện hình càng rõ: "... đàn kiến theo nhau vội vã/ sống và chết// nhẹ nhàng/ hạt bụi// hãy tin/ đàn kiến kia/ với bài ca diệu kì/ bài ca cuộc hành trình vòng quanh trái đất/ vang lên không mệt mỏi/ những trái tim mang nỗi niềm/ loài kiến// (kiến)

Kiến hay là thế giới loài người, hay là chính tác giả nhập thân? Cả ba đấy chứ! Cách nhìn thế giới trong thơ Hoàng là vậy. Vật này cũng là vật khác, loài này cũng đồng thời là loài khác, chủ thể đồng thời cũng là khách thể, khách thể cũng là chủ thể. Thơ Hoàng đã vượt quá xa quan niệm của các nhà biểu tượng chủ nghĩa (= tượng trưng chủ nghĩa) vượt xa biểu tượng siêu - cảm giác (supra - sentimentaliste) mà Charles Baudelaire (1821 – 1867) đề xướng.

Vậy là từ những mối cảm thương cho những thân phận

hèn yếu bé nhỏ trên trái đất này, sao mà mỏng manh (gần đây, trong thảm họa động đất, sóng thần và phóng xạ nguyên tử, nhiều người cũng than thân phận con người sao mà mỏng manh!) để cuối cùng có thể đến với triết lí. Chẳng phải Ăng – ghen từng nói: Tất cả đều vận động, chuyển hóa không ngừng, chỉ có một cái không thay đổi vận động, chính là quy luật vận động. Triết lí đấy thôi. Chẳng phải Hegel cũng đã nói: cái gì hợp lí thì tồn tại, cái gì tồn tại đều hợp lí. Triết lí cả thôi!

Hoàng không làm triết lí, không hề tư duy khoa học, trừu tượng như các nhà triết học, mà chỉ là tư duy biểu tượng theo con đường riêng của thơ mình. F.Chevalier viết: "Có lẽ tư duy biểu tượng vốn đối nghịch với tư duy khoa học, không vận hành theo lối rút gọn từ cái bội đến cái đơn, mà bằng lối bùng nổ từ cái đơn thành cái bội nhằm gây ra cảm nhận rõ rệt hơn trong một nhịp thứ hai, quả nhiên, sự thống nhất của cái bội ấy" (Lời tựa – Từ điển biểu tượng văn hóa thế giới – NXB Đà Nẵng, 2002, tr.XVII).

Đúng vậy, từ một ấn tượng, một điểm nhìn về những sinh thể bé nhỏ, mở rộng đến thế giới con người, Hoàng đã cho nở bung ra bao nhiêu là đề tài, bao nhiêu là hình ảnh, trên lối đi càng ngày càng thu hẹp của mình. Từ ngữ thơ dung dị, quen thuộc nhưng chen chúc nhau, lấn át nhau, kết hợp bất quy tắc, trở thành những tín hiệu đa nghĩa (polysémique) và đa trị (polyvalent). Hoàng tư duy theo lối biểu tượng, rút gọn tối đa để mở rộng tối đa "những kí ức ngủ quên" ở tầng tiềm thức.

Hãy nghe anh nói về đêm, cái đêm mà anh gọi là "đêm Ngọc Thùy": "Cây đội trần nhà dựng vòm trời ẩn/ dưới vòm trời/ thập loại chúng sinh tìm lối sống…//"và: "nếu sống lại sau khi đã chết/ trời cao thêm và đất rộng hơn/ những đôi chân mọc chéo trên cỏ ướt/ dan díu nở ngàn sao Ngọc Thùy// tạ từ bờ khuya/ tạ từ mắt nến/ anh chạm mặt vào đêm (15/9/2005)".

"Đêm Ngọc Thùy" ấy đủ cả không gian 3 chiều, như một số bài thơ khác trong tập Màu và Ngôi nhà cỏ: chiều cao, chiều dài và chiều rộng, đủ cả quá khứ, hiện tại và tương lai: "đá bao nhiêu đại đắp thành Hồ/ sông bao nhiêu kỷ thành sông Mã/ em bao nhiêu tuổi vỡ giọng/ thành cậu bé ngốc nghếch anh qua mấy kiếp người//". Quá khứ thực ra chỉ dồn lại ở một tâm điểm duy nhất "anh qua mấy kiếp người". Cái điểm đó có thể gọi là giao điểm của không gian và thời gian (spacio – temps). Thơ của Hoàng đã đạt đến mức đó, nhưng tiếc rằng anh đã vội quay về với hiện tại "chạm mặt vào đêm", khiến loãng đi chiều sâu vô thức nên không gợi được tầng vô thức của tập thể lơ lửng như "đám mây lơ lửng" không hình bóng, phiêu diêu bất định. Có điều thơ Hoàng đã gợi những kí ức ngủ quên giữa ý thức và vô thức, ở đó con người lẫn lộn trong trạng thái lơ lửng của thời gian, như mộng mị chiêm bao mà ta thường gặp. Một kiểu tư duy biểu tượng trong thơ. Và cũng là một thứ triết lý của thơ.

Nói về tư duy biểu tượng thì không chỉ một mình Hoàng Vũ Thuật mà có ở hết thảy mọi nhà thơ có phong cách. Thế Lữ, Xuân Diệu, Huy Cận, Hàn Mặc Tử, Tố Hữu, Chế Lan Viên, Hoàng Cầm vv…có điều mức độ sử dụng đậm nhạt khác nhau, cách thức sử dụng cũng khác nhau. Bởi vì, biểu tượng thơ ca là một vấn đề phức tạp và con đường hình thành biểu tượng cũng rất khác nhau: Có những biểu tượng hình thành từ hình tượng cảm giác (ví dụ: Con hổ của Thế Lữ, Tiếng thu của Lưu Trọng Lư vv…) có biểu tượng từ siêu cảm giác (Nguyệt cầm của Xuân Diệu; Trăng của Hàn Mặc Tử) có biểu tượng từ những hình tượng gốc trong truyện cổ và ca dao (Trầu cau của Nguyễn Bính) có những biểu tượng đi thẳng từ những biểu tượng văn hóa (Đất nước của Nguyễn Khoa Điềm) vv…Mức độ nông sâu của biểu tượng cũng khác nhau: Có những biểu tượng chỉ ở mức độ tiềm thức, và có những biểu tượng chạm đến đáy của vô thức, bản năng gốc của giống loài: sự sinh thành, sự sống và cái chết, nỗi sợ hãi và hành động tự bảo vệ của một sinh thể vv...

Thơ Hoàng đang ở đường biên của tiềm thức và vô thức, tức là ở lớp màng trung gian giữa ý thức và vô thức, những ký ức ngủ quên, lẫn lộn thực và hư, thực và ảo gần đến mức như Trang Tử ngày xưa, ngủ dậy không biết mình là bướm hay bướm là mình! Nhiều lần Hoàng cũng vậy, chẳng biết mình là ai, màu đó là màu gì, đèn đó là đèn gì, và rất nhiều "một ngày" (có cả ngày giờ tháng năm) cụ thể mà chẳng có một thời gian nào là cụ thể. Nếu thơ của Hoàng đi đến chỗ siêu thực thì cũng do thơ của Hoàng dẫn đi chứ không do lý thuyết nào gợi ý, hay do ngẫu hứng bất chợt như một số người làm thơ theo mốt hậu hiện đại.

Bởi khi ở trong trạng thái lơ lửng của đường biên tiềm thức và vô thức, lại rất giàu tình cảm nên phần kết bài thơ Hoàng thường trở về hiện thực (trong hầu hết những bài thơ chọn lọc ở tập Cỏ mùa thu) hoặc quay về thế giới tình cảm của anh.

Cái mạch ngầm tình cảm ấy còn lác đác theo cả Hoàng về sau này:

tại vì biển nhật lệ mỗi ngày một hẹp
cát trắng bảo ninh mỗi ngày một đen
người mỗi ngày một lạ
nên mỗi ngày ta lại thấy buồn thêm

(Tại vì)

Và dù "nghiệm" rất nhiều: "Khoảng cách ngày và đêm/ đủ nhận biết vũ trụ// khoảng cách tối và sáng/ đủ nhận biết nhân gian// rồi kết thúc: khoảng cách yêu và giận đủ nhận biết mình (Nghiệm). Chỉ yêu và giận thôi ư? Thơ Hoàng giàu tình cảm đến mức dùng tình cảm làm thước đo con người. Chỗ mạnh của anh là ở đó và giới hạn của anh cũng chính là nơi đó.

Triết lí trong thơ Hoàng, đặc biệt sâu đậm ở hai tập thơ Ngôi nhà cỏ và Màu thấm đến từng câu từng chữ, đến cả nơi không chữ không câu nhưng luôn luôn quay về thực tại, một thực tại giấu mình trong những biểu tượng giàu tình cảm. Vì vậy, xuyên trong thơ Hoàng sau mặt phẳng về một hoài niệm và viễn ảnh xa xôi giữa hư và thực, giữa tiềm thức và vô thức, thì những "cú sốc" kiểu như: Đám mây lơ lửng, Tháp nghiêng, Người điên, Ngọc bích, Lăng tẩm, Phác thảo, Chân dung…cho thấy dấu hiệu của sự bùng nổ/nỗi loạn kinh người như ở một số nhà thơ khác mà ta đã biết.

Dẫu sao, Hoàng đã vạch một đường thơ riêng cho mình từ sự cảm thương thân phận mỏng mạnh của những sinh thể trước những biến cố cho đến mọi hiện tượng thoáng hiện, thoáng biến, như một hư ảnh, sắc sắc không không, và cuối cùng cái còn lại là tình cảm lớn của con người. Hoàng đã đi từ cái hình tượng cụ thể tới biểu tượng, và ở hai tập thơ sau này hầu như chỉ còn tư duy biểu tượng. Đường thơ hẹp dần để cho không gian ảo ảnh bung ra, lan ra mãi. Cái logic nghệ thuật của Hoàng quả đúng như vậy và cách đọc thơ Hoàng cũng nên như vậy!

***

Đọc những bài thơ Hoàng trước tập Đám mây lơ lửng, ta cứ việc song hành cùng tác giả, theo những nhịp sóng hình tượng và sóng cảm xúc để đến tận cuối bài. Nhưng ở những tập thơ sau này, nhất là Ngôi nhà cỏ và Màu thì người đọc phải tìm lối đi ngang về tắt cho mình mà những tín hiệu nhập nhòe không còn chỉ lối rõ rệt. theo kí ức của mình và những chiêm nghiệm riêng để rồi lần ra lối đi trong thơ Hoàng.

Vì vậy, đọc thơ Hoàng phải đọc chậm, rất chậm để ý hội sau đó là tâm truyền, bởi anh đã dấn sâu vào con đường biểu tượng. Anh đã phá vỡ cái khuôn của từ pháp và chương pháp (quan hệ giữa từ với từ, giữa câu với câu) nên chỉ còn cách đọc khoảng trống ở giữa từ với từ, giữa câu với câu. Trong những khoảng trống ấy có một tứ thơ mạch lạc nào đấy, do anh vẫn giữ chắc khuôn khổ thiên pháp giữa đoạn thơ này với đoạn thơ khác, giữa phần khai (mở), triển (phát triển) và kết (kết thúc). Không như một vài nhà thơ hiện nay phá sạch sành sanh thiên pháp, khiến cho thơ không còn là một văn bản thống nhất mà có nhiều văn bản trong một văn bản, thậm chí nhiều tứ thơ có trong một tứ thơ như một số bài thơ của Trần Nghi Hoàng, Đỗ Kh., Khải Minh… Với những nhà thơ mới và lạ này có khi ta phải đọc theo lối xuyên văn bản mới hiểu được một vài ý, một vài câu. Hoàng không theo họ, không cần tạo bát quái trận đồ để làm mệt độc giả.

Hoàng cô đơn và cô đơn một cách thành thực, chân tình. Đường thơ này hầu như chỉ một mình anh. Khi mà người khác vui hoặc cố vui thì anh hát điệu buồn, khi người khác thích hình tượng hoành tráng thì Hoàng lại chọn những hình ảnh bé tí, khi mọi người thích màu sắc lòe loẹt, chói chang thì Hoàng lại chỉ có trắng hoặc đen hoặc không màu…

Cách nhìn sự vật trong cách nghĩ của anh chẳng thể giống ai, chẳng giãi bày được với ai, trừ ra với thơ. Thế mà đường thơ anh lại càng ngày càng thu hẹp, rút ngắn như người cố trèo lên đỉnh núi mang hành trang biểu tượng của riêng mình. Người ta khi lên đến đỉnh cao nhất chỗ đứng càng hẹp, thì chân trời lại càng lùi xa mênh mông. Đó chính là cảm giác cô đơn chân thật của Hoàng, con người "độc hành kì đạo": Chỉ mình tôi lúc này/ nỗi buồn sâu hơn biển/ nghìn con sóng khỏa đầy/ không thể nào lấp kín (chỉ mình tôi).

Tôi không muốn nói rằng anh đã lên đến đỉnh cao của thơ ca, bởi anh đang lơ lửng giữa hai cõi tiềm thức và vô thức, nhưng thực sự là người đã mở một đường thơ mới in đậm dấu chân người lữ hành. Chỉ ở tầng tiềm thức thôi mà cũng ít người chịu hiểu anh. Đàn Bá Nha đã vang lên gần chặng cuối nhưng bóng dáng Chung Tử Kì còn khá hiếm hoi. Chưa có nhiều Chung Tử Kỳ thì Bá Nha vẫn ôm mãi một nỗi cô đơn. Điều gì đến nó sẽ đến, Hoàng đang dự kiến cho ra đời: Mùi - tập thơ mới, để minh chứng cho thế giới nghệ thuật của mình chăng? Ta hãy tin và chờ đợi.

Rõ ràng đường thơ của Hoàng là một nghiệp thơ chỉ trông cậy vào mình, và nó đi thẳng vào thế kỉ 21, một khi con người vừa tin ở sức mạnh của mình vừa nhận ra sự yếu ớt mỏng manh của mình. Đường thơ ấy báo hiệu một kiểu tư duy thơ riêng, không màu sắc mà vẫn lộng lẫy, không đứng yên mà vận động không ngừng, phù hợp với tư duy của con người trong thế kỉ mới.

Hà Nội, 3/2012
PGS, TS. **Nguyễn Thái Hòa**

Xin đọc thêm:
- Lời giới thiệu của Vũ Quần Phương trong Cỏ mùa thu, nxb Văn Học-1994;
- Lời giới thiệu của Hoàng Thụy Anh trong Màu, nxb Lao động-2010;
- Thơ đến từ đâu, phỏng vấn của Nguyễn Đức Tùng, nxb Lao Động-2009.

MÙI HIỆN SINH
TRONG THƠ HOÀNG VŨ THUẬT

TS. Trần Hoài Anh

Thơ hiện đại bất chấp mọi điều giải nghĩa.
(M. Jacob)

1. Không hiểu vô tình hay sự lựa chọn có ý thức, Hoàng Vũ Thuật mở đầu tập thơ Mùi của mình với bài thơ "Chiếc ghế bỏ trống" viết tặng bạn anh, nhà viết kịch, với những câu thơ đong đầy ưu tư mà khi đọc lên và ngẫm ngợi ta không khỏi cảm thấy se sắt cõi lòng trước lẽ biến dịch của cuộc đời.

rồi nắng tắt
nặng trĩu đêm dày
sóng bận rộn cuộc tình muôn thuở
ngôi sao vụt sáng nỗi thèm khát
anh nghe cuộc đời cựa quậy
chỗ chiếc ghế bỏ trống.

(Chiếc ghế bỏ trống)

2. Đời vốn là sân khấu với những biến dịch khôn lường của thế sự. Ý tưởng này không mới, thậm chí cũ mòn. Song, cái mới ở đây là cách nhìn cuộc đời với những biến dịch đầy bi hài chỉ diễn ra "quẩn quanh" bên một "chiếc ghế bỏ trống". Và cũng từ "chiếc ghế bỏ trống" này, những phận người nổi trôi, bồng bềnh, chìm đắm trong cõi u minh của lợi danh, lừa gạt, tị hiềm, giả dối, phi nhân... cứ thế mà "cựa quậy", mà bày ra một cách "trần trụi" giữa cuộc đời. Cứ thế, cuốn con người vào những bến mê của sự huyễn hoặc, của bi kịch phận người mà chủ nghĩa hiện sinh gọi đó là sự vong thân, sự tha hóa bản thể trong kiếp lưu đày của thân phận trước một thế giới đầy những buồn nôn... Và đây chính là mùi hiện sinh, một cảm thức chủ đạo tan chảy trong thơ Hoàng Vũ Thuật, cái mùi mà bằng sự cảm nhận tinh tế của một thi nhân luôn khắc khoải trước số phận con người, anh đã nhìn thấy sự "lây nhiễm" của nó đối với nhân tính, khi con người ngày càng tha hóa khủng khiếp trước quyền lực, dục vọng, tiền tài...

có thể viêm nhiễm sau cuộc giải phẫu
có thể mới ra đời đã biến mất
có thể từ trời cao đổ xuống từ dưới đất trồi lên
....
mùi mưa mùi nắng mùi gió mùi cáu bẩn
mùi nguyên trinh
mùi kiệt quệ mùi phục sinh mùi mùa

mùi của mùi.

(Mùi)

Vì vậy, trong tận cùng tâm cảm, anh đau với nỗi đau của đồng loại khi con người bị cuốn vào vòng xoáy của thế sự đảo điên. Và câu hỏi nhà thơ tự vấn chính mình cũng là tự vấn tha nhân: sao loài người/ mê ngủ/ hoài thai cùng đảo điên (Ngày mới).

Những đảo điên của thế sự đã làm vỡ nát tâm hồn vốn rất dễ bị tổn thương của thi nhân khi anh nhận ra quá nhiều điều bất an của cuộc sống đang từng phút, giây hiển hiện như những hố thẳm chôn vùi nhân phẩm con người, đẩy con người vào những bi kịch có tên và không tên, được sơn phết bằng những mỹ từ "nằm ngoài chân lý" với những mớ "lý luận huyễn hoặc", hoàn toàn xa lạ với những giá trị nhân bản của loài người: *tôi nhai nhạt nhẽo cuốn sách ngược nội dung/ thuộc làu mỹ từ nằm ngoài chân lý/ chữ nghĩa nhảy dây rười rượi màu son* (Hai ngày không tôi).

Không những thế, mùi hiện sinh trong thơ Hoàng Vũ Thuật còn thể hiện trong nhiều bài thơ nói về nỗi khổ đau phận người như sự ám ảnh của một tâm thức hiện sinh mà anh đã trải nghiệm từ "những điều trông thấy" trước nỗi "đau đớn lòng". Và sự nghiệm sinh này là nhân tố giúp anh chuyển hóa hệ hình tư duy nghệ thuật thơ của mình, dũng cảm bứt phá, vượt thoát khỏi lối tư duy thơ ca minh họa để vươn đến chân trời mới, hệ hình mới với ý thức sáng tạo mới. Phải chăng, đây cũng là một giá trị cần được ghi nhận trong sự vận động của tư duy thơ Hoàng Vũ Thuật ở một số bài thơ gần đây mà tập thơ Mùi là một minh chứng. Bởi, với một nhà thơ "lớp trước" như anh, việc từ bỏ cái "ao tù" của tư duy thơ chật hẹp để vươn ra "biển lớn" là điều không dễ dàng, nếu nhà thơ không có ý thức tự lột xác mình. Chính điều này đã đưa anh đến với cảm thức hiện sinh, một cảm thức mang tính nhân văn sâu sắc, bởi nó luôn quan tâm đến số phận con người, với nỗi cô đơn bản thể, với sự mong manh, hư ảo của kiếp nhân sinh. Và với một trái tim "không ngủ yên", trước đau thương của nhân quần, Hoàng Vũ Thuật đã thể hiện cảm thức hiện sinh trong thơ thật cảm động mà khi đọc lên ta không khỏi thấy lòng quặn thắt, đớn đau:

những cánh tay chọc thủng gạch ngói

những chiếc nón vẫy mưa
những tiếng kêu đứt đoạn
những hốc mắt đói nhìn
mỏi mòn đêm tối
kiệt quệ rạng ngày
...
mẹ thắp hương chờ
những đứa con không trở lại
những đứa con khát sữa gào lên khuya khoắt
sạp giường lạnh tanh
đôi vòng tay trơ rỗng
sách vở trộn bùn đất
rơm rạ trộn thây người

(Lá cứ hồn nhiên)

Vâng! "Lá cứ hồn nhiên"... Song, chẳng lẽ con người lại cứ mãi hồn nhiên trước nỗi đau của đồng loại!? Đó là những câu hỏi xuyên thủng lịch sử mà Hoàng Vũ Thuật đặt ra trong thơ. Bởi suy cho cùng, giá trị cao quí của thơ ca hay lịch sử không phải là sự biện minh cho một chủ thuyết nào mà chính là giá trị nhân văn, là sự quan tâm đến từng số phận con người được thể hiện trong đó: đôi khi ngoái về trái đất nhìn/ thác máu xối xả/ biển đen ngòm hoại tử/ những bóng câm lặng vật vờ/ những vở tuồng chính trường châu lục/ những chém giết kinh hoàng/ những trận động đất kép (Hai ngày không tôi).

Đã một thời, thơ không chạm đến niềm đau, nỗi buồn. Thậm chí, những điều này bị xem như một cấm ky. Nhưng, nếu thơ không nói đến nỗi đau phận người vốn là căn tính của bản thể thì thơ có hoàn thành sứ mệnh của mình với thiên chức là sứ giả của cái đẹp để cứu rỗi con người hay không!? Như vậy, liệu thơ có còn cần cho con người, khi nó chỉ là những lời tụng ca sáo rỗng, vô nghĩa, cổ xúy cho những thứ ngụy tín hoàn toàn xa lạ với con người!? Hoàng Vũ Thuật ý thức rất rõ điều này nên mùi hiện sinh trong thơ anh thấm đẫm chất nhân bản sâu sắc là vì thế: *đôi khi tôi nhớ ngày mẹ tôi ra trường đấu/ dượng tôi vỡ sọ sau loạt đạn người thân/ anh tôi ngã xuống/ chẳng kịp nhắn tin/ chú tôi kháng chiến/ một đi không trở lại/ thằng bạn họ Hoàng buồn bã/ ngày ngày/ cúi lạy cô đơn* (Hai ngày không tôi).

Từ nỗi đau phận người, mùi hiện sinh trong thơ Hoàng Vũ Thuật còn biểu hiện ở nỗi cô đơn thận phận, ở khát vọng tự do trong các bài thơ: Chiếc ghế bỏ trống, Trước nhà thờ Đức Bà Pari, Trở về, Tự do, Buồn ơi, Bài thơ chưa viết... Ở những bài thơ này, nỗi cô đơn phận người luôn dày vò tâm cảm anh, cứa vào lòng anh những vết thương rỉ máu mà sự thấu cảm trước nỗi "cô độc" của Quasimodo, một "kỳ nhân" nhưng không "kỳ tâm" trong tiểu thuyết Nhà thờ Đức Bà Paris nổi tiếng của Victor Hugo không khỏi làm ta nhói lòng: *hai mươi tám vị tông đồ ngự trên tường cao/ hai mươi tám cánh thiên thần/ trắng muốt/ tôi là thằng gù Quasimodo/ đơn độc/ kéo hồi chuông/ hỡi những hồn oan bé nhỏ bây giờ nơi đâu* (Trước nhà thờ Đức Bà Paris).

Hay sự thổn thức của niềm cô đơn bản thể hiển lộ qua cảm thức rỗng không ở các bài thơ: Hai ngày không tôi, Nàng biến đi trong gió, Rỗng... Và tận cùng của nỗi cô đơn là: *cuộc chơi trốn tìm/ tôi bắt được nàng/ nhưng chỉ là cái bóng vô hình cái bóng chẳng nói/ cái bóng đầy tôi/cái bóng của những khoảng trống/ trong suốt* (Nàng biến đi trong gió), để rồi: *đắng cay chồng hạnh phúc/ con đường mới xuyên qua cuộc đời em lặng lẽ* (Rỗng).

Song hành với nỗi cô đơn là nỗi khao khát tự do bản thể, một khát khao mà nhân loại luôn ngưỡng vọng. Điều này được Hoàng Vũ Thuật nói đến trong thơ như một tuyên ngôn sống của anh và thế hệ anh mà một thời không được, hoặc không dám nói đến, dù chỉ trong thơ: *hôm nay ngày cuối/ bắt đầu một kiếp khác/ tự do/ ăn tự do ngủ tự do nói tự do làm tự do sống tự do* (Người).

Tôi muốn chia sẻ cùng bạn đọc cái cảm thức tự do mà theo Hoàng Vũ Thuật là: "thông điệp của mọi thông điệp". Và bài thơ Tự do, theo tôi là một tượng đài thiêng liêng của khát vọng tự do bản thể dựng lên bằng sự trải nghiệm cả một đời người qua bao đắng cay của thế cuộc mà thi nhân muốn gởi đến chúng ta:

tự do như chữ viết có mắt có chân
bay lên xuyên tường rào xuyên núi xuyên đất
đến và đi không biên giới

tự do vang trong ngôi nhà ấm áp tiếng cười trẻ thơ
nước từ chỗ cao xuống thấp
khát cần uống đói cần ăn

...

tự do thông điệp của mọi thông điệp
giản dị chân thành cuộc gặp không định trước
người nằm xuống tự do đứng lên.

(Tự do)

Nhận thức về tự do bản thể cũng là nhận thức được qui luật biến dịch của đời sống nên những suy niệm về sự hư ảo của kiếp người cũng là một phương diện thể hiện mùi hiện sinh trong thơ Hoàng Vũ Thuật ở các bài thơ: Viết cho một người bạn vừa treo cổ, Trà đạo, Không không phải, Ánh chớp, Nước, Lý giải... Cát bụi rồi cũng sẽ trở về cùng cát bụi. Không có cái gì trên đời này là miên viễn. Nếu ai đó tin rằng ở cõi trần còn có cái gì là vĩnh hằng thì chỉ là những ý nghĩ điên rồ huyễn hoặc của một thứ tư duy hoang tưởng. Ta hãy nghe Hoàng Vũ Thuật chia sẻ điều ấy trong thơ: cái sống không mang nổi ý nghĩa thì cái sống chỉ là sợi dây/ đánh đu cùng cái chết/ anh đánh đu tất thảy mọi thứ trên đời/ và/ mọi thứ/ không bao giờ thật cả (Viết cho một người bạn vừa treo cổ).

Vâng! Mọi thứ "không bao giờ thật cả"!? Có những điều

hôm nay là chân lý nhưng ngày mai lại là ngụy chân lý. Sự hoài nghi, phải chăng cũng là điều cần thiết cho cuộc sống mà nếu không có đủ độ chín của tư duy và chiều sâu tâm hồn, thi nhân không thể đặt ra trong thơ mình những tâm tưởng mang tính phản biện sâu sắc đến thế? Tôi rất thú vị với ý thức phản biện trong thơ Hoàng Vũ Thuật. Chính sự "lật trở" của một tư duy thơ luôn vận động đã làm nên một giá trị khác của thơ anh đó là tính triết luận. Và chính chất triết luận làm cho mùi hiện sinh trong thơ Hoàng Vũ Thuật có hương vị riêng, đầy quyến rũ. Ta hãy nghe anh lý giải về cái không "có thật" ở cuộc đời bằng cái nhìn thấm đẫm màu sắc hiện sinh qua sự chuyển dịch của hiện hữu:

đám mây
dạt vào khoảng không rồi tan biến
để lại giọt nước trên mặt hồ

sinh tử

bong bóng bước trong sương giá
tin rằng
vũ trụ trong lòng tay

sự tàn lụi tín ngưỡng

(Lý giải)

Chính vì sự dịch chuyển vô thường của hiện hữu, nên nhiều khi con người không lý giải nổi về sự hiện hữu của chính mình. Trong cái nhìn của triết học hiện sinh, mọi hiện hữu đều phi lý và đây cũng là một phẩm tính của mùi hiện sinh trong thơ Hoàng Vũ Thuật qua những câu hỏi đầy trăn trở: Về đâu/ dòng sông ngang qua đời/ ta/ không bọt/ về đâu những con sóng vỗ chân cầu// đừng nói nữa/ chiếc hộp trà đêm đêm/ đối diện/ dấu đi/ thi thể ngàn năm// trôi/ sóng truyền kiếp/ chiều nay/ dạt phía chân cầu (Trà đạo). Và: tôi phải làm gì/ với sợi dây thời gian/ căng chặt quanh người/ đè nặng hơi thở cơn mê vòm ngực// trước đường biên/ hữu hạn (Không không phải).

3. Để trả lời câu hỏi thơ là gì, mỗi nhà thơ có cách lý giải riêng. Cách lý giải của Hoàng Vũ Thuật chính là cảm thức hiện sinh được thể hiện trong thơ anh với những dằn vặt, ưu lo trước số phận con người, là sự hoài nghi trước những phi lý đến buồn nôn của hữu thể. Thơ Hoàng Vũ Thuật, vì vậy, là thơ có Tính Người, một giá trị mà mọi nhà thơ chân chính đều hướng đến. Và nếu nói như Apollinaire: "Nhà thơ là kẻ tìm ra được hứng thú mới, dẫu hứng thú đó khó chịu đựng. Có thể thành nhà thơ ở mọi lĩnh vực: Miễn là thích phiêu lưu và đi khám phá"(1) thì Hoàng Vũ Thuật là nhà thơ như thế. Bởi, thi nhân đã không ngừng khám phá cuộc sống, khám phá chính mình để sáng tạo và chính điều này là căn cước cho sự tồn sinh của thơ anh trong cuộc đời cũng như trong tâm thức người tiếp nhận. Vì nói như Pierre Reverdy: "Thơ không ở trong cuộc đời, cũng chẳng ở trong sự vật – Thơ chính là cách sử dụng sự vật và cuộc đời, cùng là cái gì anh mang thêm vào cuộc đời và sự vật." (2)

Với tập thơ Mùi, Hoàng Vũ Thuật là một trong không nhiều nhà thơ đã mang đến cho thơ ca hiện đại Việt Nam một cách nhìn khác về cuộc đời. Đó là một cái nhìn hiện thực như nó vốn có chứ không phải như nó phải có. Đây là khởi nguyên để tạo nên cái mùi hiện sinh đầy nhân bản, một giá trị cần được khẳng định trong thơ Hoàng Vũ Thuật và thơ ca dân tộc hôm nay và mai sau...

Xóm Đình An Nhơn, Gò Vấp, tháng Giêng, Ất Mùi
Sài Gòn, 12/3/2015
TS. Trần Hoài Anh

---

(1) (2) Trần Hoài Anh, Thơ - Quan niệm và Cảm nhận, Nxb. Thanh niên, H, 2010, tr. 269, tr.270, tr.271

HOÀNG VŨ THUẬT
VÀ NHỮNG KHỐI VUÔNG RUBIC

(Đọc tập thơ Cây xanh ngoài lời,
thơ Hoàng Vũ Thuật, Nxb Hội nhà văn - 2017)

Yến Thanh

Ngày nay, những diễn ngôn phê bình về thơ có xu hướng phân lập thành những trào lưu, hệ hình và thế hệ khác nhau. Ở sự phân định ấy, các nhà nghiên cứu phê bình văn học nỗ lực kiếm tìm, hoặc có thể là hư cấu nên một vài tiêu chí thẩm mỹ nhất định nhằm gom những nhà thơ chung vào trong một ô nào đó, để phân biệt với những ô khác. Theo lối ấy, thông thường những "người trẻ" sẽ mạnh dạn cách tân hơn những "người già", những người trong ô "hậu hiện đại" sẽ có nhiều sức sống hơn và tân kỳ hơn những người trong ô "tiền hiện đại". Những trào lưu mới mẻ như thơ phụ âm hay tân hình thức dĩ nhiên sẽ "hợp thời" hơn so với những người làm thơ Đường luật hay tự do, vần điệu truyền thống. Cách làm này dĩ nhiên là cần thiết trong khoa học văn học, bởi nó giúp cho nhà phê bình có một cái nhìn lịch đại biên niên về lịch sử thi ca Việt Nam, cũng như giúp họ minh họa, kiến giải sống động hơn cho những tìm tòi mới về mặt lí thuyết văn học. Tuy vậy, hình như nhiều trường hợp vẫn có khả năng vượt ra/lên khỏi sự phân biệt thông thường, những ô đóng khung thơ ca đầy máy móc bị chết cứng trong vài tiêu chí mỹ học. Một trong số đó, chúng ta có Hoàng Vũ Thuật.

1. Tính triết lý trong thơ Hoàng Vũ Thuật:

Hoàng Vũ Thuật sinh năm 1945 tại Lệ Thủy – Quảng Bình, ông là tác gia lớn lên trong chiến tranh chống Mỹ, thành danh về thơ ca trong thời kì đổi mới với tập thơ đầu tay Những bông hoa trên cát (1979). Thành tựu thơ ca của Hoàng Vũ Thuật có lẽ được kết tinh trong tập Tháp nghiêng (2003) với tặng thưởng Hội nhà văn Việt Nam và các giải thưởng Lưu Trọng Lư được trao sau đó. Năm nay, ở độ tuổi "xưa nay hiếm" (72), ông vẫn không an phận thủ thường, nghỉ hưu trong những hình thức cũ, mà vẫn miệt mài đổi mới cách tân. Nhà thơ Việt Nam thông thường dễ dãi trong sáng tạo, vốn chỉ theo một lối mòn. Họ nhập cuộc làng văn thông qua một lối thơ, tư duy thơ cảm tính, bản năng, và mãi cho đến cuối đời vẫn chỉ mải miết "ngựa quen đường cũ" viết theo lối ấy. Người ta hay nhầm lẫn ở chỗ còn sáng tác nhiều, còn được đăng thơ trên Báo Văn nghệ hay Tạp chí Thơ, còn xuất bản thơ, thậm chí còn nhận được giải thưởng thơ tức là mình vẫn đang "sống trải" trong thơ, vẫn là người không ngừng sáng tạo và đổi mới. Thực chất, đó chỉ là một dạng nối dài của "tồn tại" trong thơ, bởi nếu không chấp nhận tự phủ định mình, liên tục tự làm mới mình, đặt ra những chất vấn về tính thơ hoặc cách tân nghệ thuật thơ ca, thì người viết vẫn chỉ là những kẻ "ăn mày dĩ vãng", hoặc nối dài những vinh quang của ngày hôm qua đã tắt. Dĩ nhiên, chúng ta không thể đòi hỏi nhiều nhặn gì ở những nhà thơ. Họ vốn là những sinh thể cô đơn, cả tin, mỏng manh và đầy yếu đuối. Chỉ cần họ liên tục đẩy đến đỉnh cao giọng thơ mà mình chọn, nâng tầm một lối viết duy nhất thành "tuyệt chiêu" độc đáo, là đã có thể ghi nhận như một người vượt qua thử thách của thời gian.

Nhưng vài người khác, với trữ lượng văn hóa và trình độ tư duy nghệ thuật cao, không chấp nhận đứng đằng sau trình độ đương đại của thế hệ mình, vẫn tiếp tục đổi mới bút pháp, tận cho đến khi thở hắt ra và đi về cõi chết. Chúng ta lúc này cũng lại có Hoàng Vũ Thuật. Trong lứa tuổi già nua của bạn bè, bản thân ông sức khỏe kém sút, tiếng nói cũng không còn nhanh nhạy, nhưng tập thơ Cây xanh ngoài lời [Nxb Hội nhà văn, 2017] là một giấy căn cước thơ để ông đối thoại với những hiện tồn, để cho thấy tuổi của nhà thơ không là tuổi trong giấy khai sinh, mà là tuổi tư tưởng trong những văn bản của mình.

Sinh thời, đại thi hào nước Đức Johann Wolfgang von Goethe có một câu thơ đã trở thành châm ngôn nổi tiếng: "Mọi lí thuyết chỉ là màu xám – Chỉ cây đời mãi mãi xanh tươi", triết lí nhân sinh ấy hẳn đã được nhà thơ Hoàng Vũ Thuật ngộ ra khi du hành qua biết bao triết lý, tư tưởng, các cuộc chiến tranh và cả những tập thơ đầy vinh quang và cay đắng. Thơ Hoàng Vũ Thuật luôn mạnh về triết lí, sự trừu tượng trong thơ ông không làm khô khan đi câu chữ, mà thực sự ra nó bồi đắp cho nghệ thuật thơ ca vốn dĩ cảm/nữ tính, dễ dãi theo kiểu "thương vay khóc mướn" sự lấp lánh, vững chãi của tư tưởng. Ở Việt Nam, không có nhiều nhà thơ làm được như ông. Trong tập thơ Cây xanh ngoài lời, tính triết lý, suy tưởng, siêu thực này vẫn được tiếp nối, thăng hoa. Bạn đọc dễ dàng tìm thấy đặc trưng nghệ thuật ấy trong mọi bài thơ của Hoàng Vũ Thuật: "xin bạn đừng đọc thơ tôi dòng dòng trải ra trên mặt giấy - trơ & rỗng nhảm nhí & cáu bẩn - hệt con giun loằng ngoằng mải miết - nơi bạn đứng ngồi có một khoảng không - trong khoảng không thơ biện bày đầy đủ nhất - ngay dưới chân - những viên đá mang biểu tượng con người - sự sống chính bài ca của đá" [Những câu thơ của tôi]. Thơ của ông không hề dễ đọc, vì nó không đi tìm sự đồng cảm một cách dễ dãi, đánh vào thị hiếu tâm lý tầm/ thông thường của người đọc. Mỗi bài thơ như một suy tư tưởng về kiếp người, về tồn tại, về tình yêu, về hiện tồn và về chính bản mệnh của thi ca. "tôi bọc thời gian ném đi không nuối tiếc - với tôi thời gian chỉ còn là khái niệm hư ảo - tiếng gọi trở nên bất tử - giữa đêm đen này - tôi chẳng thèm ham muốn khác" [Cây tiếng gọi]. Chỉ trong một đoạn thơ ngắn vừa dẫn ra ở trên, ta như bắt gặp hiện tượng luận của E. Husserl, bắt gặp Martin Heidegger trong Hữu thể và thời gian, bắt gặp người làm vườn R.Tagore với những suy tư trong đêm... Nhưng giả sử như bạn đọc không biết tất cả những triết thuyết ấy, thì cũng chẳng sao cả, thơ Hoàng Vũ Thuật vẫn nhẹ nhàng và dễ hiểu như những tiếng nói thầm trong mơ. Tiếng nói ấy sâu lắng, hư ảo nhưng mãnh liệt và gửi cho chúng ta những thông điệp rõ ràng. "Anh trở lại ngôi nhà không mái - phố phường chưa kịp đặt tên - bồ đề dày thêm lá mới - anh trở lại khi em đã xa - trên núi có bài thơ Tự Đức - tấm kính nát vụn sao không nhìn ra em - cánh cổng mở toang nào thấy dáng em - em là nước từ mùa đông qua mùa hạ" [Nửa anh và nửa em]. Vẫn là những bài thơ đầy kỉ/hoài niệm, những tình cảm riêng tư thầm kín, nhưng nhà thơ không trình bày nó dưới những câu từ trập trùng, luyến láy nhấn về xúc cảm, mà ta nhận ra chiều sâu tư tưởng thầm kín trong thơ ông. Chất tình trong thơ Hoàng Vũ Thuật là cội nguồn, là khởi nguyên, nhưng nó được viết nên dưới trí tuệ của một người tích lũy đủ đầy chiều sâu của tư tưởng trong thơ.

Khác với những nhà thơ lí tính, vốn dĩ dùng thơ ca để minh họa cho lý thuyết, cho ý thức hệ, một văn bản có tính luận đề cho triết học, thơ Hoàng Vũ Thuật là sự kết hợp nhuần nhị giữa cảm xúc trữ tình và chiều sâu triết lý trong thơ. Bất cứ bài thơ nào ta vẫn đồng thời nhận ra cả hai khuôn mặt trữ tình và triết lý đó. Ví dụ: "giờ này em là nước con sông mặc người đời ruồng bỏ - tự do chảy ra tứ phía - những con sóng vô hình - nhấn chìm chúng ta - cùng trang sách đầy ký tự trên giá đỡ thư viện - em thường gọi một bảo tàng thế kỷ" [Hẻm sống].

Thế mạnh về triết lý trong thơ ông thực chất đã được khởi đi từ trái tim đa tình, đa cảm, nên nó không khô khan, thô ráp hay mang mục đích thực dụng, ngoại văn chương như những người khác. "năm mươi năm tóc tôi trắng màu cát trắng - thành phố mặc áo tứ thân đi giày cao gót - đàn cá ông không về - chân trời trơ trọi nằm nghiêng" [Người đàn bà xa lạ]. Những diễn đạt dường như khách quan, trừu tượng đầy tính siêu thực, nhưng chất màu vẽ nên bức tranh tưởng chừng như siêu thực ấy lại là nước mắt. Tác giả không nói nhiều về xúc cảm của chính mình, chẳng hề có một tính từ nào về cảm xúc của chủ thể trữ tình, nhưng ta vẫn nhận ra sự xót xa, bất lực, bẽ bàng trước thời gian chỉ qua câu "năm mươi năm tóc tôi trắng màu cát trắng" – đó là sự đánh mất thời gian. "đàn cá ông không về" là sự đánh mất không gian. Con người bơ vơ giữa cuộc sinh tồn. Thời cuộc thay đổi, không gian biến thiên, thời gian không còn quay trở lại, nỗi buồn tự đó dâng lên từ đáy lòng. Con người ta sống rồi sẽ chết như một quy luật, nhưng con người từ chối sự tan rã của thân xác mình một cách sinh học, bởi vì họ là sinh vật có ý thức và tư tưởng. "dựng ngược thân thể anh chiếc bình đắng cay - tổ ong rừng khô cạn mật - những ống xương rồng rểnh hai đầu - nơi bắt đầu của gió" [Gió hoang]. Sự chết đôi khi lại là một khởi đầu mới mẻ, theo nghĩa đó, thời gian và sinh mệnh được tuần hoàn. Tuy nhiên, cảm thức tái sinh, chữa lành cũng là sự suy tư triết lý thường trực và dễ hiểu ở vào độ tuổi của người thơ. Trong tập thơ, bên cạnh nỗi u buồn thường trực – giọng điệu vốn dĩ được xem là phù hợp nhất với thi ca, còn là khát vọng mãnh liệt của tình yêu như một sự lắng đọng chứng ngộ cuối đời. "nấp sau cánh hoa áng mây nói lời em bối rối - tiếng đàn trầm nở làn hương em - anh thấy cuộc đời đang mọc... - ta sẽ xây tổ sống trên mọi hành tinh băng giá - bầu trời rạng rỡ nảy sinh nơi lồng ngực em - đàn chim dậy thì líu lo trên tóc em" [Đêm huyền vi].

2. Cảm quan đời tư thế sự:

Điều tôi chú ý nhất trong tập thơ của Hoàng Vũ Thuật đó là xu hướng đời tư thế sự trong cảm quan về cuộc đời. Đây có thể là một điểm mới lạ, cách tân so với chính mình của tác giả. Thông thường thơ Hoàng Vũ Thuật cố gắng đi vào chiều sâu của chiêm nghiệm và triết lý, chính vì thế vũ trụ thơ thường gắn với những phạm trù phổ quát, bao trùm. Cho đến tập thơ Cây xanh ngoài lời, có thể tác giả dưới phương châm "mọi lí thuyết chỉ là màu xám" nên thôi thúc ông quay về với những điều nhỏ nhặt, thường nhật của cuộc sống. Những sự kiện mà ai rồi cũng nếm trải trong cuộc đời/chơi, nó làm nên những giá trị vô hình cho hiện hữu. Đó có thể là một cuộc hội ngộ văn chương với một người bạn văn trẻ tuổi (nhà thơ Nguyễn Lãm Thắng ở Huế), có thực trên cuộc đời này, nói về những điều bình dị nhất: "hôm qua Lãm nói với ông bao chuyện nhảm via hè - Lãm bảo cái gì đáng nhớ ông ấy nhớ - cái gì ông quên nhớ để làm gì - nhớ kẻ đứng đái bên đường hơn người ngồi trong lâu đài mờ ảo - nước từ nơi đó có mùi thơm - nhớ bà cụ nằm đối diện liệt nửa người và cô con gái út tên Uyên - tóc bà sáng đêm mất điện" [Chuyện của ngàn năm trước]. Đó cũng có thể là sự lo âu về thực tại phi nhân của thế giới, nơi những cuộc xung đột đẫm máu do sự kiện Mùa xuân Arab gây ra, mà đặc biệt là cuộc xung đột tại Syrie đã khiến dòng người di cư khổng lồ vượt biển Địa Trung Hải, làm chết đến 3500 người chỉ do đắm tàu: "bập bênh trên mặt Địa Trung Hải - trò chơi bầy đàn - đánh số từ một - những xác chết nổi loạn - trong tấm áo tơi tả nàng là mặt trời - đen và đặc" [Sự nổi loạn của xác chết]. Sự can dự của nhà thơ lúc này không chỉ là trên địa hạt ngôn ngữ và mỹ học, mà còn là những quan tâm quan thiết của người trí thức, người công dân đến vận mệnh sống còn của môi trường, của đất nước, của nhân vị con người mang tầm vóc nhân loại trước những cuộc đại suy thoái và hủy diệt tương tàn đầy phi lý đẫm máu.

Chính vì cảm hứng đời tư thế sự này, nên đã góp phần "giải mỹ học" cái đẹp, cái lãng mạn, cái siêu tuyệt trong truyền thống thơ Hoàng Vũ Thuật. Trong thi phẩm, ta có thể thấy ông mạnh dạn sử dụng chất liệu ngôn ngữ, hình tượng phi chuẩn mực, phi lãng mạn như một dụng ý đầy toan tính. "sự hoàn thiện của bông hoa chế tác - cánh lá lướt chào mời - không thể tô thêm làn hương giả tưởng - tôi muốn cắm vào chiếc bình gốm cổ - đóa cứt lợn thanh sạch góc vườn - nở bên gốc ổi chiều qua" [Có những điều tưởng như là thói quen] (YT nhấn mạnh ở mọi chỗ trong tiểu luận này). Hoặc là: "thơ cao sang mà cũng chẳng cao sang gì - cứ trải thơ thành manh chiếu rách cho người hành khất khốn khổ của bạn - đôi đũa gãy bữa cơm thiu - cái bô dưới chõng tre cà vạt thơm trên cổ - thơ mặc áo và thơ trần truồng" [Viết]. Chính vì những đặc trưng này, mà ta có thể nhận định Hoàng Vũ Thuật đã vắt chân để bước từ tiền hiện đại sang hiện đại và hậu hiện đại trong tư duy và ngôn ngữ thơ.

Thái độ công dân của nhà thơ trước thời cuộc, vận mệnh của đất nước có thể xem là cảnh giới thử thách nhà thơ Việt Nam đầu thế kỉ XXI. Mỗi trí thức có lương tri trong thời điểm này không thể đứng ngoài những mối quan tâm liên quan đến biển đảo, môi trường biển và thân phận dân tộc trước các dã tâm ngoại bang. Những sự kiện ấy động vọng trực tiếp vào thơ Hoàng Vũ Thuật một cách tự nhiên, tất yếu, nhưng không hề lên gân, không phát ngôn sống sượng hoặc nặng về tính thời sự. Những bài thơ đầy trách nhiệm công dân, nỗi đau đáu thời đại của Hoàng Vũ Thuật vẫn đầy ẩn ý, hình tượng suy tưởng: "chúng nó dùng súng và lưỡi lê - bạch tuộc phun vòi xác chết - những chú chim non vỗ cánh đầu tiên - những đôi mắt lũ còng ngơ ngác - số phận ngọn đèn lịm tắt - không còn súng thì ném cát vào mặt - ngôi mộ gió khuyết dần - không còn ngôi mộ gió - Tổ quốc trong muối biển vẫn còn" [Đảo]. Nhà thơ kêu gọi thi nhân hãy dùng ngòi bút của mình để thể hiện thái độ trước thời cuộc, khêu dậy tình yêu nước, lòng tự cường dân tộc. "những chữ cái thiết lập trang sử khôi nguyên - những chữ cái làm chân đế đồng bào - những chữ cái rịt lại vết thương nhức nhối - những chữ cái thức dậy linh hồn đã khuất - những chữ cái tô đậm đất liền biển đảo - những chữ cái cắm cột mốc chủ quyền - hãy viết cho chính bạn" [Viết].

3. Sự quy hồi về cội nguồn văn hóa dân gian

Điểm đáng chú ý khác, cần tỏ bày với bạn đọc trong tập thơ mới của Hoàng Vũ Thuật, đó là sự quy hồi về nền tảng văn hóa dân gian, chất liệu sử thi truyền thống trong thơ ông. Tôi nghĩ, đây có thể là một cách tân có tính chất "cũ người mới ta" đáng chú ý nhất, mang đóng góp đáng kể nhất trong tập thơ này. Theo nghĩa đó, bài thơ hay nhất cho toàn tập thơ đó chính là bài mở đầu, mang tên Tôi muốn nói bằng tiếng nói Tổ quốc tôi. Ở bài thơ này, bạn đọc dường như phát hiện ra một Hoàng Vũ Thuật khác, không tân kì, không suy tưởng triết lý dạng Âu châu, mà rất gần gũi, sâu lắng trong từng câu chữ, hình tượng. Hoàng Vũ Thuật cũng như những trí thức lớn như Phạm Duy, Lê Bá Đảng, Điềm Phùng Thị... vào giai đoạn chiêm nghiệm cuối đời, khi gần như đã lãng du qua gần hết những cái gì có thể gọi là tân kì, hiện đại và thậm chí là hậu hiện đại của trời Tây, sẽ quay về lại cố hương, tìm trong nguồn cội dân gian chỗ náu mình, kết tủa. "mẹ ra chợ - gánh theo mưa nắng - mồ hôi đẫm - mồ hôi -muối mặn - lá trầu tươi hình trái tim - trái cau hình giọt máu - lặn sâu trong lồng ngực lép nhọc nhằn - những âm thanh Tổ quốc kẽo kẹt - những âm thanh bền lâu - tôi hằng ôm ấp - tôi lớn khôn khi hiểu chiếc lưỡi cày - cày vào đất những dòng bí ẩn" [Tôi muốn nói bằng tiếng nói Tổ quốc tôi]. Chính vì đặc trưng này, tôi mới hình dung về thơ Hoàng Vũ Thuật như khối rubic xoay đầy sắc màu sáu mặt. Sự đa diện về tư tưởng, linh động chuyển đổi giữa các hệ hình thơ như một mê cung của văn hóa và tư tưởng, tạo ra một giá trị nghệ thuật chỉnh thể không rốt ráo đứng về một phía nào trước những đường biên văn học. Những hình tượng như sau thật quen thuộc, thật truyền thống, nhưng lẽ nào chúng lại cũ kĩ nhàm chán trong thơ? *"tôi nhìn Tổ quốc qua nét phấn người thầy - lối tắt chim bay - vòng quay tịnh tiến - nghe chuyện thần kỳ voi chín ngà gà chín cựa - ngựa phi về trời - đôi hài tôi - mỗi bước đi vạn dặm - chiến tranh liên miên giặc dã liên miên - ông cha viết - Hịch Tướng Sĩ Văn - lại viết thêm - Bình Ngô Đại Cáo - còn viết nữa - chưa thôi - những âm thanh thao thức lòng người"*. Những nốt nhạc quen thuộc ấy, lẽ nào đặt trong bối cảnh đương đại ngày nay không gợi/gợn lên cho bạn bất cứ xúc cảm hay thông điệp đương đại gì? Tôi tin rằng bạn đọc sẽ anh minh và tinh tế hơn tôi nhiều trong việc này.

Theo dõi hành trình sáng tạo thi ca của thi giới, tôi nhận ra thông thường người mới làm thơ thường xoáy mình vào trong chất sử thi, dân gian theo lối đại tự sự, khi trái tim cuồng nhiệt, tình yêu lớn lao bùng cháy trong trái tim. Thế hệ thơ chống Mỹ mà tiêu biểu là trường ca *Mặt đường khát vọng* của Nguyễn Khoa Điềm là đại diện tiêu biểu nhất cho xu hướng này. Sau đấy, trước những va chạm, đổ vỡ và sự chà xát của nỗi cô đơn, mỗi thi nhân sẽ quay về lại với cái tôi bản thể, nỗi đau cá nhân thông qua cảm hứng đời tư thế sự. Lúc này, ta có thể lấy ví dụ là tập thơ *Một tiếng đờn* của Tố Hữu. Nhưng khi đạt đến một ngưỡng chín nhất định của sự nghiệp, sự thăng hoa trong ngòi bút ngoài dòng máu nóng của con tim còn là sự lấp lánh của trí tuệ, nhà thơ một lần giữa "lại giống" và "tái sinh" trong cội nguồn dân tộc, trong những điều lớn lao nhưng không là đại tự sự nữa. Đọc thơ Hoàng Vũ Thuật trong thi phẩm *Cây xanh ngoài lời*, chúng ta hoàn toàn có thể dễ dàng nhận ra khuynh hướng này. "khi tôi chết - tôi cũng là Tổ quốc - được sống cùng sương - ruổi rong - cùng gió - giọng điệu của dế kể chuyện canh khuya - ngôn ngữ phiêu du mây bạc - tôi lắng nghe - thiêng liêng nếu Tổ quốc kêu gọi - như người lính sẵn sàng - đứng bên đồng đội - chẳng ai thấy tôi có mặt trên đời - Tổ quốc vĩnh hằng thế đó bạn ơi". Cuối cùng, chỉ trong một tập thơ, chúng ta có thể thấy cả hành trình thơ ca và hành trình tư tưởng của tác giả. Điểm đích cuối cùng có thể cũng chính là điểm khởi đầu và là điểm kết thúc của tất cả chúng ta. Đó là lòng yêu nước, sự trân trọng vận mệnh mẹ Tổ quốc thân yêu. "con thương Tổ quốc thời loạn lạc - giặc ở bên hông giặc ngủ trong nhà - con thương Tổ quốc - chiếc đòn gánh hai đầu mưa sa - sao đường đi chênh vênh heo hút - vẹt mòn bàn chân mẹ" [Đám tang của biển].

Dĩ nhiên, một tập thơ không bao giờ thoát khỏi những giới hạn tất yếu của mỗi đời người, đời thơ. Đôi chỗ chúng ta vẫn bắt gặp những hình ảnh lạc ra khỏi chỉnh thể, hoặc đôi từ hình như chưa được tác giả trau chuốt lựa chọn. Việc tặng thơ quá nhiều trong tập thơ này cũng có thể làm cảm giác và trải nghiệm đọc của bạn đọc bị giới hạn đi, bài thơ trở nên riêng tư hóa chứ không dành cho tất cả mọi người. Nhưng hình như Hoàng Vũ Thuật hiểu tất cả những điều đó, và ông vẫn cố tình làm như vậy. Khối rubic xoay sáu mặt, đôi khi để muốn đạt đến cái chung cục cuối cùng, tìm ra chỉnh thể hòa đồng, thống nhất, nó buộc ta phải đi qua nhiều bước đệm trung gian, gồ ghề, trả giá. Tôi tin bạn đọc, theo cách xoay của riêng mình, sẽ còn tìm thấy những điều khác, giá trị khác trong tập thơ này. Xin trân trọng giới thiệu cùng bạn đọc.

Yến Thanh

MỘT CÁCH TIẾP CẬN THƠ HOÀNG VŨ THUẬT (TỪ GÓC NHÌN VĂN HÓA)

TS. Mai Liên Giang

Hoàng Vũ Thuật hiện diện như một hiện tượng thơ rất đáng chú ý trong đời sống thi ca Việt Nam đương đại. Thơ ông là kiểu thơ có mắt, có chân, có khả năng bay lên xuyên tường rào/ xuyên núi/ xuyên đất/ đến và đi không biên giới. Với hơn 10 tập thơ, từ Những bông hoa trên cát (1979), Thơ viết từ mùa Hạ (1984)... đến Màu (2010), Mùi (2014), Cây xanh ngoài lời (2017), Hoàng Vũ Thuật mang lại cho người đọc nhiều cảm nhận mới mẻ. Đã có khá nhiều bài viết tiếp cận thơ ông từ nhiều góc nhìn khác nhau với những phát hiện về Nỗi cô đơn kéo dài vô tận (Hoàng Đăng Khoa), Thơ Hoàng Vũ Thuật- nhìn từ thi pháp học của Roman Jakobson (Hoàng Thụy Anh), thế giới tương hợp trong thơ (Hồ Thế Hà), Cô đơn thuộc phạm trù cái đẹp (Nguyễn Đức Tùng), Có một đường thơ mang tên Hoàng Vũ Thuật (Nguyễn Thái Hoà), Hoàng Vũ Thuật và những khối vuông rubic (Yến Thanh)... Với ông, làm thơ như là định mệnh, là niềm khát sống, là điểm khởi đầu cho một hành trình văn hóa.

1. Thiện như một phạm trù văn hóa trong thơ Hoàng Vũ Thuật. Tiếp cận thơ Hoàng Vũ Thuật từ góc nhìn văn hóa, trước hết, có thể thấy hướng thiện như một mạch thơ, một tứ thơ dào dạt, và hơn thế nữa… Thiện ở đây như một phạm trù văn hóa. Thiện là yếu tố văn hóa đặc biệt đưa con người từ các miền khác nhau trên trái đất xích lại gần nhau hơn bằng nhiều cách. Thiện trong văn hóa sống là một dấu ấn văn hóa nhưng cũng là một chân lý trong thơ Hoàng Vũ Thuật. Trước cái thiện của văn hóa ứng xử, con người đôi khi vẫn phải phân vân, lưỡng lự nhưng có khi cần gia nhập tuyệt đối. Những mâu thuẫn phức tạp trong hành trình tìm kiếm cái thiện như một giá trị đích thực của cuộc sống là điều đáng trân trọng trong thơ Hoàng Vũ Thuật. Thiện trong thơ là một trong những phương thức tạo điểm gặp gỡ giữa con người với con người không biên giới. Tinh thần này xuyên suốt trong thơ Hoàng Vũ Thuật từ Những bông hoa trên cát, Thơ viết từ mùa hạ, Giàn bí đỏ, Thế giới bàn tay trái, Cỏ mùa thu, Đám mây lơ lửng… đến Tháp nghiêng, Ngôi nhà cỏ, Màu, Mùi, Cây xanh ngoài lời. Thiện hiện hữu trong tình yêu thương sâu sắc với cuộc sống, với con người, trong quá trình dấn thân sáng tạo nghệ thuật. Theo Hoàng Thụy Anh, "Văn hóa trong thơ Hoàng Vũ Thuật cộng hưởng xuyên suốt đời thơ, nhưng được thể hiện rất rõ qua hai mảng: văn hóa nhận thức và văn hóa sống"(1). Trong hành trình thơ này, dù có khi hoài nghi về sự sống nhưng Hoàng Vũ Thuật luôn có niềm tin vững bền vào cái thiện của nghệ thuật đích thực, của lao động sáng tạo. Thơ ông vì vậy có cái nhìn chân thật về các giá trị cuộc sống, diễn đạt một cách sâu sắc về đời sống tâm hồn con người. Những vấn đề triết lý hướng thiện trong thơ ông càng được minh bạch, khúc chiết hơn khi ông chất vấn với các giá trị văn hóa. Nếu những điều này được ẩn mình trong các tập thơ trước qua đối thoại gián tiếp với hình ảnh của bông hoa, cát, mùa hạ, cỏ, đám mây, ngôi nhà, tháp…

thì gần đây Hoàng Vũ Thuật diễn đạt rõ hơn bằng cách đối thoại trực tiếp. Thiện chính là văn hóa tinh thần của người Việt và cũng là biểu hiện văn hóa của toàn nhân loại. Con người dù ở một vị trí nào cũng cần đến nó. Anh dầm trong nước, trong mưa gió/ Dành lại cho đời một khoảng khô" (Mùa lũ); Một đời anh chờ em/ Rừng một đời lá đổ/ Một ngày em chờ anh/ Biển một ngày giông tố/ Anh gọi hoài tên em/ Ngàn mây trôi không nói/ Anh gọi hoài tên em/ Cây rừng thay lá mới (Biển và rừng)... Các hình ảnh anh, em, các chi tiết nghệ thuật trong thơ Hoàng Vũ Thuật đều có khả năng sống nhiều đời sống với ý nghĩa của biểu tượng. Các từ yêu, anh, em, nàng... xuất hiện nhiều trong thơ Hoàng Vũ Thuật không phải chỉ để nói chuyện tình yêu đôi lứa mà còn là kí hiệu của quá trình hành xử hướng thiện ở cuộc đời con người trong nhiều cảnh huống khác nhau. Thơ ông viết về nhiều vấn đề tốt xấu của con người nhưng điều quan trọng là hướng con người vào ý thức hướng thiện. Khi quá trình nối kết văn hóa trở thành nhu cầu tất yếu, nhà thơ cần đối thoại, thể hiện sự thông hiểu, cách nhìn nhận và ứng xử với các giá trị văn hóa trong quá trình sống của con người theo hướng thiện. Nói như Hoàng Thụy Anh, thơ Hoàng Vũ Thuật "phản ánh khá trung thực đời sống nhân loại, bề nổi lẫn bề trầm đều tồn tại nhiều khổ đau, chia lìa, li tán... Nó khiến con người phải oằn lưng gánh chịu những thương tích, những lở lói chưa thể liền sẹo. Hoàng Vũ Thuật tháo tung, giải phẫu cõi thế của Mùi với một khao khát thay đổi lại thế giới này, để con người đến với con người bằng tấm lòng chứ không phải bằng sự đố kị, ích kỉ, hẹp hòi, để chúng ta dừng lại trước những thi ảnh, ngẫm ngay từng ý tưởng mà tự vấn, suy nghĩ, thiết lập một bầu không khí tươi đẹp hơn. Ý thức ấy xuyên qua mỗi con chữ, mỗi câu thơ, mỗi thi ảnh. Vì thế, bài thơ nào của ông cũng nặng nặng nỗi lo, bất an trước trắc trở của nhân loại. Nhà thơ nhận biết được, thấy được và can đảm, táo bạo lật tẩy những gì đang tồn tại hai mặt. Nhưng một khi máu và nước mắt song hành thì đâu dễ cứu vãn được?"(2). Xuyên núi, xuyên đất… và thơ Hoàng Vũ Thuật có khả năng lan thấm vào các thế hệ bạn đọc không đường biên: con thương Tổ quốc thời loạn lạc/ giặc ở bên hông giặc ở sau nhà/ con thương Tổ quốc/ chiếc đòn gánh hai đầu mưa sa/ sao đường đi chênh vênh heo hút/ vẹt mòn bàn chân mẹ (Đám tang của biển, Cây xanh ngoài lời). Thiện là yếu tố tạo lực hút, rút ngắn khoảng cách giữa thơ với người đọc trong những cấu trúc ngôn từ không dễ hiểu của thơ Hoàng Vũ Thuật. Bởi hướng thiện nên trong thơ Hoàng Vũ Thuật thể hiện rõ quan niệm sống là để trải nghiệm một giá trị.

2. Sống như một giá trị văn hóa. Sống bao nhiêu đời sống cho vừa? Sống một hay sống nhiều đời sống? Sống là để chết hay sống là để sống, chết đã hết chưa hay chết là tận diệt, là hết?... Đó là trăn trở trong thơ Hoàng Vũ Thuật và cũng là điểm giao văn hóa của nhân loại. Đối với các triết gia, điều này luôn được đặt ra với các khái niệm như linh hồn, thể xác, kiếp sống, luân hồi, tâm linh, oan hồn từ các quan điểm đa chiều của các trường phái tôn giáo. Tuy vậy, câu hỏi này chưa dễ gì đến hồi kết thúc bởi sự sống và cái chết vẫn cứ mãi song hành. Như một cách đối thoại văn hóa sống, càng gần tới chân trời của lẽ sống chết, Hoàng Vũ Thuật càng ý thức rõ ràng hơn về điều này. Đã có ý kiến cho rằng: "Dưới nguồn cảm hứng nào, thơ Hoàng Vũ Thuật đều ẩn chứa một mạch ngầm tư tưởng, chứa đựng ý nghĩa triết học văn chương. Nó nói lên cốt cách, bản lĩnh, nhân cách người nghệ sĩ và trở thành biểu tượng văn hóa sống trong một giai đoạn xã hội nhất định…Thơ như lớp sóng ngầm có khả năng thẩm thấu và lan tỏa trong tâm hồn độc giả"(3). Đánh giá này rất đúng với thơ Hoàng Vũ Thuật. Quan điểm rõ ràng của nhà thơ là chết không phải là kết thúc: Về bên kia thế giới vĩnh hằng đâu phải là mãn hạn/ câu thơ mắc nợ/ lẽo đẽo cân đo/ mười tháng hai mươi mốt ngày /cuộc

chiến phi lý/ trong cơn đau anh nhận ra/ dũng cảm chân thật và hèn nhát/ anh nhận ra từng gương mặt/ như con đường nhận ra những bước chân/ ký thác/ không thể xóa đi vết lở lói nơi con người/ chẳng lẽ thay cho họ/ trái tim con bò/ mẫn cán/ nhai lại/ đôi khi một đời không đến được/ tới giờ yên nghỉ/ mới thấy chúng ta giàu có rất nhiều/trong mỗi ý niệm sống vô hạn/ ta đã là của nhau (Chết không phải là kết thúc – Mùi). Thơ ông vì vậy giúp bạn đọc ngộ rõ ý niệm về lẽ sống chết để tâm lạc hơn. Từng khoảnh khắc sống với nhà thơ đều là quá trình đối thoại với văn hóa ứng xử. Sống trong thơ Hoàng Vũ Thuật là sắc sắc không không, là vô vi, là kiếp trần gian sinh sôi, là đến và đi không biên giới. Kẻ đào huyệt tự chôn mình dưới chân Kim Tự Tháp/ Bầy chó sói nơi cánh đồng hoang rú rỗng đêm thâu/ Người gieo vãi gom nhặt hạt mạch thơm bên/ dòng sông Nin chảy xiết/ Xích sắt mòn cổ chân nô lệ da đen/ Vó ngựa Vạn Lý Trường Thành lốc cốc tiếng ống/ xương va vỡ khô khan/… /Hạt bụi nào đúc nên em, ban cho em trái tim rung/ tiếng chuông đồng vọng chiều xa/ Hạt bụi nào đúc nên ta trọn cõi phiêu diêu/ quên tháng quên năm?/ Rồi một mai nhật thêm sáng, nguyệt thêm trong/ mà cuộc người đã tan, kiếp người đã tận/ Rồi một mai đời thả rơi ta dọc đường những tờ/ giấy mỏng/ Trước bàn cờ đen trắng/ Có có, không không (Mùi) hay đâu đó rất xa vừa nhìn thấy vừa không nhìn thấy/ nghe được sờ được/ dòng thác nóng ran hai bờ đêm/ nguyên bản cuộc sống vốn thế/ cơn sốt bất thần run bần bật/ có thể viêm nhiễm sau cuộc phẫu/ có thể mới ra đời đã biến mất/ có thể từ trời cao đổ xuống từ dưới đất trồi lên/ mằn mặn nhàn nhạt hương một loài/ hoa không tên gọi/ mùi mưa mùi nắng mùi gió mùi cáu bẩn/ mùi nguyên trinh/ mùi kiệt quệ mùi phục sinh mùa/ mùi của mùi (Mùi). Kể cả khoảnh khắc sáng tạo trước nhà thờ Đức Bà Paris, ông cũng đã nghĩ đến những linh hồn oan ức. Từ góc so sánh giữa văn hóa sống thi vị giữa trời Âu với văn hóa sống thú vị của một đất nước mang tiếng là nhân văn, nhân đạo cao cả, Hoàng Vũ Thuật có những câu thơ gợi tả sâu sắc *đàn chim không biết sợ hãi/ chúng sà xuống hồn nhiên/ giữa lòng bàn tay/ ăn mẩu bánh mì/ hình như không biết tôi đến từ xứ sở mà chim/ là đặc sản/ ở đó loài chim bị chém ngang tiếng hót/ vặt trụi lông/ thiêu trên bếp than rừng rực/ ở đó chim không có quyền bay vào trời rộng/ bơi giữa hồ xanh trong/ chim chỉ biết mua vui yến tiệc/ hai mươi tám vị tông đồ ngự trên tường cao/ hai mươi tám cánh thiên thần/ trắng muốt/ tôi là thằng gù Quasimođo/ đơn độc kéo hồi chuông/ hỡi những hồn oan bé nhỏ bây giờ nơi đâu* (Trước nhà thờ Đức Bà Paris). Hay khi bên tượng Linga, ông đã viết với ý nguyện dâng lên Hoàng Hậu Paramecvari như thể hoàng hậu vẫn đâu đây trong tâm hồn người Việt. Oan hồn xuất hiện trong biến loạn lịch sử luôn ám ảnh những thi sĩ *trong tấm áo sương/ nàng là hoàng hậu vừa tấn phong của vương quốc/ tình yêu/đôi má quét lửa/ sơn hà/ sơn hà/ sơn hà ơi/ đàn ngựa chiến hí vang lao về trong đêm huyền sử/ nghi lễ nước mắt/ sung mãn những vần gân nóng hổi/ sản sinh/ dưỡng nuôi nghìn thế hệ/ cao trên cao/ lởn vởn hồn oan thoát chạy trước cơn biến loạn/ thánh tích linh thiêng đổ sụp bên đồi/ ôi linga/ ngạo nghễ máu dựng đứng giữa bầu trời"* (Bên tượng Linga). Từ quan điểm sống, Hoàng Vũ thuật có cách viết riêng về cái chết: *cái chết được thử nghiệm/ I rắc/ giờ thì Li Băng/ máu xoáy sẹo đen lòng biển/ những ngày thảm khốc tôi vùi chân bên dòng Nêva...thác máu dát đỏ cung điện Mùa Đông/ máu chảy trên hè phố tôi qua / trước khải hoàn môn tốp lính kín mặt vành băng trắng/ a men/ a di đà/ tôi giật lùi và chắp tay lên ngực/ nhân loại kéo nhau đi về phía bỏng rộp.../ như thời Pi e đệ nhất/ chẳng ai nhận biết bước chân mình/ cái chết cao hơn mọi thứ/ có thể tin hay không"* (Màu)... Ý thức rõ ràng về cái chết nên Hoàng Vũ Thuật luôn trân trọng từng khoảnh khắc sống trong cuộc đời, trong thơ, trong mọi không thời gian sáng tạo. Thơ vì vậy như là những khoảnh khắc nhật ký sống sinh động đã đi qua từng sát-na cuộc đời ông với bao hỉ nộ ái ố. Trong niềm tin vào đức hạnh nhiều kiếp từ thế giới tâm linh, Hoàng Vũ Thuật đã có sự điều chỉnh phương cách sống theo một tinh thần khoa học, phù hợp với thực tại. Phải chăng đây cũng là một cách thức tạo ra sự hài hòa trong văn hóa sống giúp nhà thơ tìm đến sự cân bằng trong xã hội. Với ý thức chết không là tận diệt nên Hoàng Vũ Thuật đã sống một cách xứng đáng, trước hết là sự nghiêm túc đối với sáng tạo nghệ thuật. Những đột phá bất ngờ trong việc sử dụng các cấu trúc ngôn ngữ, hệ biểu tượng, nhịp thơ, thủ pháp lạ hóa, sự tài hoa trong quá trình lắp ghép yếu tố nhạc tính trong thơ... tạo nên một Hoàng Vũ Thuật có phong cách riêng, đáng được trân trọng. Thiện trong thơ Hoàng Vũ Thuật vì thế có khả năng đến gần với tự do.

3. Tự do là khát vọng sống, khát vọng nghệ thuật. Tự do, từ bi, độ lượng cũng là điểm nối kết của văn hóa nhiều quốc gia. Theo Sartre, tự do là bản chất của con người! Điểm thu hút của thơ Hoàng Vũ Thuật từ chi tiết nghệ thuật trong cách nhìn liên văn hóa còn là ở chỗ không nhằm đặc tả văn hóa hay cố ý tạo ra những sự kiện văn hóa liên quan theo cảm quan truyền thống. Mà điều này như một lẽ tự nhiên thấm vào từng câu thơ. Văn hóa sống của ông chính là sự tự do, là sự từ bi, độ lượng trong mọi cảnh huống và ngay cả trong tình yêu thương. Tự do là giọt máu của anh và tôi/ là bóng từ bi hiện ra khuya khoắt/ là vòng tay người yêu dấu (Tự do). Trầm tĩnh, sâu sắc, điềm đạm, từ tốn trước vần xoay của thế thái là cách ông tạo nên khoảng vượt thoát cho thơ cũng như cho chính cuộc đời mình. Thơ ông buộc người đọc sửng sốt trước cảm xúc sống của tác giả khi đối diện với các tầng tầng văn hóa chi phối mạnh mẽ đến khát vọng sống tự do của con người. "Chị đi tìm tự do trên đất tự do như tìm báu vật" (Janet). Và đất nước nào trên thế giới

này mà không muốn có tự do! Như thế, nói về văn hóa của Mỹ hay của Nga, của Bỉ, của Việt Nam thì cũng chính là của nhân loại rồi. Văn hóa trong thơ ông vì vậy có khi chính là biểu hiện của bản năng sinh tồn, của khả năng thích ứng của con người với thế giới, là khoảnh khắc giành giật sự sống trước tử thần luôn rình rập con người như ốm đau, bệnh tật, chết chóc, hủy diệt, chiến tranh, chia ly, thù hận, ô nhiễm và bạo lực... có khi là hiện tồn của phi ngã, bất nhân, sự sụp đổ của nền văn minh châu Âu hiện đại *bức tường hình chữ V khoét vào đất/ vô số dòng tên lạnh/ chôn cùng màu đá đen/ nước mắt người mẹ lần tìm con/ không đủ sáng/ nước mắt người vợ lần tìm chồng/ không đủ ấm/ tôi chợt nhớ những chiếc hầm chữ V/ đêm đêm ở quê nhà/ chôn nụ cười trẻ thơ/ mẹ ngóng con sau lỗ thông hơi mờ mịt/ vợ ngóng chồng qua cửa âm u/ đất rùng mình/ sau loạt bom hoang dại*. (Bức tường kỷ niệm chiến tranh Việt Nam ở Washington). Có thể nói đây là những câu thơ xúc động nhất của Hoàng Vũ Thuật khi đối diện với văn hóa. Trong khoảnh khắc ấy vừa có cả sự đớn đau chua xót, lòng căm phẫn lẫn với niềm tự hào tôn kính thiêng liêng. Hay khi ở Mátxcơva, dưới tượng Exênin, Hoàng Vũ Thuật viết *hai người đàn ông thổi kèn/ vừa thổi vừa nhảy/ ngôn thanh tám mươi năm trước/ vòng người cuộn thắt/ ngực áo tháo tung/ Exênin đứng mà đang chạy/ dòng chữ bị săn/ đuổi/ thơ làm được gì.../ mắt Exênin đẫm nước... tiếng kèn vỡ vụn/ máu trào sau nụ hôn* (Viết dưới tượng Exênin – Màu). Các chi tiết văn hóa xuất hiện trong thơ ông khá đa dạng như cầu Mirabeau, Đảo Liberty-New York, Cali,Vạn Lý Trường Thành, Matxcơva – Phố Tuyết, mộ Lép Tônxtôi, cỗ xe ngựa, Xanh Pêtécbua trên cầu Mirabeau/ Apollinaire đang quệt sơn vòm cong tuyết sáng/ sông Seine chậm rãi/ nhịp điệu tháng ngày qua/ dòng người dài thêm già đi mà sông thì mãi trẻ/ mùa này cây trút lá cho trời rộng thêm/ khôi nguyên trái tim ứa ra vệt son tươi rói/ bầy mòng biển líu ríu tình yêu dại khờ/ anh gieo vào đôi mắt nâu câu thơ Mirabeau / Apollinaire còn đây/ em thả tóc vàng óng mượt/ cầu đỏ bừng sau cặp môi hôn (Cầu Mirabeau). Có khi tác giả diễn tả nỗi đau từ văn hóa sinh thái qua hình ảnh của những cánh tay chọc thủng gạch ngói/ những chiếc nón vẫy mưa/ những tiếng kêu đứt đoạn/ những hốc mắt đói nhìn…sách vở trộn bùn đất/ rơm rạ trộn thây người…/…hai mươi vạn ngôi nhà nhô lưng rùa / lặn ngụp/ nước ngự trị trong thung lũng chết/ mênh mông Kiến Giang Thạch Hãn sông Gianh sông La/ khóc vì thiếu nước (Lá cứ hồn nhiên). Văn hóa còn quyện vào thơ Hoàng Vũ Thuật liên tục từ các hình ảnh liên quan đến Văn Cao, Trịnh Công Sơn, Mozart Beethoven hoặc Bach, Kobo Abe, người đàn bà trong cồn cát, con hủi buồn Helena Mniszek, đảo Tự do, gã đàn ông da trắng cầm đàn, chiếc túi thổ cẩm, con rồng đất phương đông, cây đèn gió, cầu Chùa… đến ngôi tháp cổ nghiêng, những viên gạch sững sờ, trái tim Lạc Việt, người Digan (Màu), hình Giê-su đóng đinh trên cây thánh giá… Mỗi lần xuất hiện chúng đều có sức gợi tả lớn. Và như ông đã viết: hôm nay ngày cuối/ bắt đầu một kiếp khác/ tự do (người). Điều quan trọng là Hoàng Vũ Thuật đã biết trước và hành xử với chúng rất đúng mực. Hình ảnh, tên gọi các nhà thơ bậc thầy nổi tiếng của nhân loại đến từ các châu lục có mặt trong thơ Hoàng Vũ Thuật khá đa dạng từ các góc nhìn. Sự xuất hiện của họ là biểu hiện của quá trình kết hợp giữa năng khiếu nghệ thuật và quá trình khổ luyện của Hoàng Vũ Thuật. Nhà thơ chưa hề ngừng nghỉ học hỏi các tiền nhân! Đây là bài học về lao động nghệ thuật đáng trân quý từ thơ ông cho thế hệ sau. Tự do cũng là mục đích đến của mỗi nhà thơ trong hành trình sáng tạo nghệ thuật. Tự do như một khát vọng sống, khát vọng nghệ thuật đã thể hiện trong cách Hoàng Vũ Thuật lựa chọn ngữ liệu, lựa chọn kết cấu tác phẩm, cấu trúc câu thơ. Thơ của Hoàng Vũ Thuật vì vậy được đánh giá là "vừa trực diện vừa đầy ám dụ. Hiện thực đớn đau, đổ nát, mất mát, chia lìa… được chứng nghiệm bởi một cái tôi hiện sinh, khao khát được sống tự do, tìm kiếm tự do đích thực… hiện hữu song song giữa hai cái tôi: cái tôi ý thức và cái tôi vô thức. Hai cái tôi này có lúc hòa quyện, có lúc đối nghịch nhưng đều cùng nhau giúp nhà thơ tìm thấy cái tôi của chính mình. Cái tôi vô thức có lúc như đánh mất bản thể trong bầu không khí khác nhưng đã được cái tôi ý thức dẫn đường, vượt lên nỗi bi phẫn, tiếp tục hành động, dấn thân để tìm kiếm tự do. Khát vọng đi tìm tự do đích thực của cuộc sống cũng như việc khẳng định, tìm kiếm bản thể của mình chính là mắt xích, vẻ đẹp của tập thơ"(4). Không chỉ là khát vọng tự do, thơ Hoàng Vũ Thuật còn thể hiện những tầng nghĩa khác từ điểm nhìn liên văn hóa. Ở các tập thơ cuối, sự cộng hưởng văn hóa đa quốc gia càng thể hiện rõ nét. Qua các biểu tượng liên văn hóa, triết lý sống của người nghệ sỹ càng hiện rõ hình hài.

4. Liên văn hóa trong thơ Hoàng Vũ Thuật. Cuối thập niên 80 của thế kỷ XX, khái niệm liên văn hóa trở thành một trong những hướng nghiên cứu tác phẩm khá phù hợp với xu thế phát triển văn học toàn cầu hóa. Liên văn hóa hướng đến sự giao thoa, rút ngắn khoảng cách giữa các vùng văn hóa. Theo đó, trong sáng tác, liên văn hóa cũng là vấn đề được các tác giả luôn trăn trở. Làm thế nào để quá trình đối thoại giữa các nền văn hóa trong thi phẩm tạo điều kiện cho người đọc có cơ hội tiếp xúc với tinh hoa văn hóa của các nước khác mà vẫn giữ được tư chất riêng của mình. Liên văn hóa trong văn học xuất phát từ sự dung hợp, đối thoại văn hóa. Hướng tiếp cận tác phẩm như là một cách giao tiếp văn hóa được nhiều nhà nghiên cứu quan tâm. Trong nhận định của Hyundok Choe "Tính liên văn hoá hàm ý một mối quan hệ bình đẳng giữa những nền văn hoá khác biệt như những chủ thể bình đẳng với các quyền bình đẳng. Đó là nền tảng để chấp nhận người khác với tính căn

nguyên độc đáo của họ trong khi vẫn nhận biết sự khác biệt và đa dạng"(5). Sự đa dạng của văn hóa trong tác phẩm là điều quan trọng giúp người đọc tiếp cận với nhiều sắc thái không gian, thời gian sáng tạo thẩm mỹ. Liên văn hóa trong thơ thường biểu hiện ở tính phong phú về biểu tượng do văn hóa các dân tộc trên thế giới mang lại. Theo quan điểm của Kristeva, "văn bản luôn ở trong tư thế vận động, kí hiệu trong văn bản mang nhiều nghĩa và có nhiều yếu tố hòa nhập vào nhau để tạo nên tác phẩm văn học, trong đó có sự kế thừa của các văn bản trước đó. Đây là tính liên văn bản của mọi văn bản"(6). Đặc điểm liên văn bản thường có mối liên hệ sâu sắc với liên văn hóa trong văn học. Trong Thơ Hoàng Vũ Thuật, điều này được tạo nên từ mối quan hệ nội tại bên trong kiểu tác giả, cấu trúc, từ ngữ, chi tiết nghệ thuật, biểu tượng văn hóa. Đã có nhiều nhà nghiên cứu nói về biểu tượng văn hóa trong thơ Hoàng Vũ Thuật. Ở đây, chúng tôi nhấn mạnh thêm đặc trưng hình tượng nghệ thuật thơ Hoàng Vũ Thuật được kiến tạo bởi tính sáng tạo, tính khác và tính phổ quát của một số biểu tượng văn hóa đặc trưng. Thông thường, trong sáng tác, kiểu tác giả liên văn hóa thường tập trung ở các nhà văn hải ngoại hoặc những nhà văn hiện đại có sự thông hiểu rộng về văn hóa trong và ngoài nước. Những tác giả thuộc kiểu này thường sử dụng giọng điệu triết lý về văn hóa gốc trong sự đối thoại với nền văn hóa khác hay đối thoại với chính mình. Qua các biểu tượng văn hóa trong tác phẩm, các tác giả tái hiện và sáng tạo bức tranh xã hội qua nhiều thời đại. Họ có vai trò quan trọng trong quá trình phát triển văn học theo xu hướng toàn cầu. Hoàng Vũ Thuật thuộc nhóm tác giả đã có nhiều trải nghiệm đời sống văn hóa nghệ thuật qua những lần dịch chuyển không thời gian sáng tác. Không phải là kiểu nhà thơ hải ngoại nhưng những trải nghiệm thực tiễn về văn hóa của Hoàng Vũ Thuật đã tạo nên điểm khác biệt trong thơ ông. Nói như Orhan Pamuk: "Tôi muốn mình là một chiếc cầu với cảm giác là chiếc cầu không thuộc về một lục địa nào hết, không thuộc về một nền văn minh nào hết và chiếc cầu lại có cơ hội độc đáo là được nhìn thấy cả hai nền văn minh và đồng thời lại nằm ngoài chúng. Thật là một đặc ân kỳ diệu!"(7). Văn hóa trong thơ Hoàng Vũ Thuật mang lại mối liên hệ tương thông tốt đẹp cho người đọc khi cảm nhận thế giới. Các yếu tố liên văn hóa cũng sẽ luôn tác động và hiện diện trong quá trình sáng tác của các nhà thơ. Nó không chỉ tác động vào nội dung mà cả ở quá trình tìm tòi sáng tạo, thay đổi kỹ thuật viết liên tục của tác giả qua từng tập thơ. Yếu tố đối thoại là điểm cơ bản của liên văn hóa. Trong thơ Hoàng Vũ Thuật, đối thoại văn hóa xuất hiện ngay khi có hơn hai nền văn hóa cùng hiện diện. Cấu trúc ngôn ngữ thể hiện cái nhìn chủ động trong đối thoại văn hóa của bản thân chính tác giả. Bình đẳng, đối thoại về văn hóa, chính trị, tôn giáo, sắc tộc... cũng là một yếu tố xuất hiện khá nhiều trong thơ Hoàng Vũ Thuật. Tuy nhiên, tính liên văn hóa không tồn tại như một bình diện cụ thể trong thơ Hoàng Vũ Thuật mà chỉ là một quan niệm về sự đối thoại, tương tác văn hóa được xuất hiện với nhiều trạng thái khác nhau qua từng tác phẩm. Từ quá trình đối thoại với nhiều nền văn hóa có liên quan mật thiết với Việt Nam trong lịch sử như Nga, Pháp, Mỹ... nhà thơ đề cập đến sự tương quan giữa những nền văn hóa khác biệt. Đây chính là thông điệp đổi mới sáng tạo trong nghệ thuật của thơ ông. Mỗi quốc gia xuất hiện trong thơ Hoàng Vũ Thuật là những nơi ông đã đến, hoặc đã từng đau đáu suy ngẫm về sự linh diệu của nó trong quá trình trường tồn của lịch sử nhân loại. Các chi tiết văn hóa đều được khẳng định từ bản sắc văn hóa riêng trong cách nhìn mới của nhà thơ như hình ảnh của cầu Mirabeau, nhà thờ Đức bà Pa-ri, tượng thằng cu đái, Janet trong quan hệ với Nhà trắng, Washington, lin-ga...Tác giả đưa vào thơ hình hài của những cuộc đụng độ các giá trị văn hóa nhân loại. Trong thời đại toàn cầu hóa, thơ ông vì vậy vượt khỏi giới hạn nhà thơ của địa phương Quảng Bình. Những điểm giao văn hóa ở các tác phẩm khơi mở cho cuộc hội ngộ văn hóa các dân tộc. Đặc biệt những hình ảnh văn hóa của các nước có liên quan mật thiết đến thành tựu lịch sử, nghệ thuật của nhân loại, của Việt Nam đều được diễn đạt bằng những cách nhìn độc đáo. Người đọc có thể nhận ra điều này khi trước tượng Thằng cu đái, biểu tượng của Vương quốc Bỉ, ông viết: rướn cong thỏa thích tè/ sô-cô-la/ bia/ dâu chua cam ngọt/ tóe tung tiếng người/ nước đái cứu đồng loài thoát lưới bom hủy diệt/ những cơn hỏa hoạn điên khùng/ cu đái cười ngạo nghễ/ tuyết lợp trắng mái nhà Brussels/ chuông ngựa leng keng ấm quảng trường giá buốt/ thằng cu hồn nhiên/ tè/ xuống đầu nhân loại/ cơn mưa hòa bình (Mùi). Trong những câu chuyện văn hóa kiểu này, Hoàng Vũ Thuật thường bộc lộ một cái nhìn mới mẻ, đa chiều, sinh động về các sự kiện lớn của nhân loại tưởng như không còn gì để kể. Điều quan trọng đối với người đọc ở đây là những tầng ý nghĩa sâu xa có từ cách sắp xếp các hình ảnh biểu tượng gần như đối nghịch trong tác phẩm để cuối cùng thả nút cho bài thơ là những suy tư về mối liên hệ giữa sô – cô – la, bia, dâu, nước đái, những cơn hỏa hoạn, cái cười ngạo nghễ... và cơn mưa hòa bình. Hay về chuyện đã hơn mười tám năm, Janet - một công dân Mỹ dựng lều ngay trước tòa Nhà Trắng để phản đối chiến tranh, chất độc da cam, đòi hòa bình và tự do cho con người, Hoàng Vũ Thuật viết: chị đi tìm tự do trên đất tự do như tìm báu vật/ nắng phủ túp lều khô đám người ngang qua mỗi ngày rậm rịch/ tiếng con chim trốn tuyết thổi bánh mỳ từ thiện nuôi chị/ mười tám năm dai dẳng trước tòa Nhà Trắng/ sao không hốt chị cùng túp lều tơi tả kia/ sao không tống khứ chị ra khỏi vùng cần tĩnh lặng/ sao không bố thí nơi chung cư dành cho người thu nhập thấp/ chị lượm hết những chiếc lá cuối mùa/ những nụ cười bỏ quên sau hàng cây sáng sớm/

những nụ hôn tươi rói và căng lên dòng chữ tự do/ công bằng chiến tranh hay tự sát/ một chiếc lá Việt rớt xuống lòng bàn tay chị (Janet, Mùi). Trải nghiệm sự đụng độ văn hóa, Hoàng Vũ Thuật suy tư về một quy luật tất yếu tạo nên những hố sâu ngăn cách, phân biệt giữa các vùng nền văn hóa khác nhau nhưng luôn có sự liên quan mật thiết với nhau. Không thể không xúc động trước cảm nhận những nụ hôn tươi rói và căng lên dòng chữ tự do/ công bằng chiến tranh hay tự sát/ một chiếc lá Việt rớt xuống lòng bàn tay... trong cảm thức văn hóa của nhà thơ. Có lẽ đây chính là biểu hiện sâu sắc nhất của tính đối thoại, sự va chạm giữa các nền văn hóa trong trách nhiệm, ý thức của một cá nhân nhà thơ trước lòng tự tôn dân tộc. Chiếc lá Việt là một sự liên tưởng văn hóa đa chiều, là hình ảnh lịch sử của cả dân tộc ngàn năm đang dậy sóng trong trái tim thi sĩ khi đứng trước một đất nước có quá nhiều vấn đề cần đối thoại với Việt Nam. Đây là cách riêng của thơ Hoàng Vũ Thuật trong quá trình góp phần kiến tạo một nền văn hóa sống. Không cần đến những bài thuyết giảng chính trị dông dài, Hoàng Vũ Thuật đã giữ một tư thế đối thoại văn hóa đầy bản lĩnh, sâu sắc. Đâu phải chỉ có đất Việt, dân tộc Việt mới phải đi tìm tự do, tìm lẽ công bằng, phải đối mặt với chiến tranh, sự hủy diệt. Các biểu tượng văn hóa trong thơ Hoàng Vũ Thuật ẩn chứa nỗi đau âm thầm trước những vấn nạn của nhân loại. Đó cũng là cách khác để nhà thơ tạo dựng mối quan hệ với nghệ thuật và ứng xử với cuộc sống của chính bản thân mình. Trong xu thế thời đại, sự đụng độ văn minh, sự tương đồng giữa các nền văn hóa là điều dĩ nhiên. Từ đặc điểm này, Hoàng Vũ Thuật đã thể hiện khát vọng sâu xa về một xã hội có văn hóa thật sự cần cho cuộc sống con người. Nhu cầu này gần như đã tác động mãnh liệt lên số phận của mỗi nhân vật, mỗi thân phận, mỗi con người, mỗi đất nước mà nhà thơ đã từng tiếp xúc. Dù cho lối sống của xã hội hiện đại có nhiều thay đổi bởi những xô bồ, rối loạn nhưng với Hoàng Vũ Thuật, những biểu tượng văn hóa nghệ thuật đích thực vẫn luôn trường tồn với thời gian. Dù cho biểu tượng ấy có thuộc về một đất nước nào thì mỗi cá nhân con người trên trái đất này, từ các khu vực địa lý khác nhau đều có quyền được hưởng thụ, được gìn giữ, được sáng tạo, được tạo mối quan hệ tình cảm theo cách của riêng mình. Và cách của Hoàng Vũ Thuật là làm thế nào để có thể tạo ra một đời sống văn hóa mới trong hình hài đã vững bền hàng ngàn năm! Thơ Hoàng Vũ Thuật dù có mô tả đến ngọn gió, đám mây thì cũng đã ẩn chứa trong đó văn hoá của lòng yêu Tổ quốc, yêu thiết tha mảnh đất hình chữ S. Tôi yêu Tổ quốc/ như mẹ tôi yêu mảnh vườn chăm từng tấc đất/ khi tôi chết/ Tổ quốc bọc trong tấm áo choàng/ muôn cành biếc và những cỏ cây/ chiếc áo đơn sơ tôi vẫn mặc ngày ngày (Tôi muốn nói bằng tiếng nói Tổ quốc tôi - Cây xanh ngoài lời). Bằng các thủ thuật lạ hóa của thơ hiện đại, Hoàng Vũ Thuật đã mang đến cho bạn đọc niềm hứng khởi thú vị. Người đọc luôn được thay đổi cảm xúc, trạng thái sau mỗi lần đọc lại thơ Hoàng Vũ Thuật. Đây cũng là biểu hiện của tính đa nghĩa trong thơ Hoàng Vũ Thuật mà nhiều nhà phê bình đã thừa nhận. Đời người bao nhiêu khổ hạnh /Niềm vui một kiếp bèo trôi/ Những chiếc ghế như sự khuôn phép chỗ ngồi/ Ai cũng vậy không xoay mình theo hướng khác" (Thi sĩ đen). Sáng tạo nữa và sáng tạo mãi là triết lý sống của Hoàng Vũ Thuật. Triết lý này không phải của riêng nhà thơ mà luôn là lẽ sống nói chung của các nghệ sỹ chân chính ở bất cứ vùng văn hóa nào trên trái đất.

Văn hóa có mặt trong thơ Hoàng Vũ Thuật như một yếu tố tự nhiên chi phối tác giả trong việc lựa chọn ngôn từ và kiến tạo văn bản. Mỗi nhân vật, câu chuyện trong thơ Hoàng Vũ Thuật được xếp cạnh nhau, xuyên không gian, xuyên thời gian "xuyên tường, xuyên đất". Nói như Hyundok Choe thì văn học tự bản chất đã là một "kí hiệu đa văn hóa"(8). Trong thơ Hoàng

Vũ Thuật, chân lý đã không được giao quyền độc tôn cho bất cứ một chủ thể nào. Những biểu hiện đa dạng hay khác biệt, bình đẳng văn hóa luôn được tác giả tôn trọng dù biết rõ rằng trong cuộc sống luôn diễn ra sự "đụng độ, va chạm" văn hóa liên tục. Ở góc nhìn khác, có thể nói tác giả đã khai sâu tính nhân loại vốn là bản chất của văn học mà ở thế hệ nhà thơ nhiều người không nhắc tới. Văn hóa trong thơ Hoàng Vũ Thuật chính là con người. Điều này góp phần mở rộng biên độ địa giới đóng kín của thể chế mỗi quốc gia. Văn chương không thể thoát ly dân tộc, nhưng không vì đề cao tính dân tộc mà làm mờ đi tính nhân loại. Dấu ấn văn hóa trong thơ Hoàng Vũ Thuật làm cho con đường xuyên tường/ xuyên đất/ đến và đi không biên giới (Mùi) của ông ở tư thế mở. Tư tưởng và tính nhân văn thường trực trong thơ được phô ra từ tâm cảm nhà thơ.

TS. Mai Liên Giang

(1,2) Hoàng Thụy Anh, Thơ Hoàng Vũ Thuật nhìn từ thi pháp học của Roman Jakobson, Nxb Thuận Hóa, 2010, tr .71, 79.

(3,4) Hoàng Thụy Anh, Tiếng vọng đa thanh, Nxb Hội Nhà văn, 2016, tr.147, 153.

(5) Hyundok Choe: www.vanhoahoc. Nguồn: Triết học liên văn hóa: Khái niệm và lịch sử (Lương Mỹ Vân dịch, Trần Tuấn Phong hiệu đính), tạp chí Triết học, số 2 (201), tháng 2/2008.

(6) Roman Ingarden, Tác phẩm văn học, Nxb Gondalat, Budapest, 1977, Trương Đăng Dung dịch, Bài in trong Tác phẩm văn học như là quá trình, Nxb KHXH, 2004, tr. 315.

(7) Orhan Pamuk: Nối liền hai thế giới, Damau.org, 21.10.2006. Nguồn: http://www.pbs.org

(8) Hyundok Choe, Sđd, tr.1.

NHÀ THƠ HOÀNG VŨ THUẬT: CÂU THƠ VUI CŨNG HÌNH THÀNH TỪ NƯỚC MẮT

Văn Thành Lê

1.

Tôi gặp nhà thơ Hoàng Vũ Thuật lần đầu tại Hội Văn học Nghệ thuật Bà Rịa – Vũng Tàu. Độ ấy tôi mới buông phấn cất giáo án, sau hơn 3 năm "gõ đầu trẻ" ở ngôi trường phổ thông bên hông TP. Bà Rịa, chuyên tâm "gõ lòng mình" ở tạp chí Văn nghệ Bà Rịa – Vũng Tàu với công việc viết và biên tập. Mới về, lại ngồi chung phòng với sếp, là nhà thơ Lê Huy Mậu, nên việc gặp khách thơ văn dập dìu vào ra là chuyện thường ngày. Tất nhiên, các văn nhân đến thù tạc với nhà thơ Lê Huy Mậu, người hay thì tôi ngồi lại, người nhạt thì việc tôi tôi làm, không cho làm thì "Các bác ngồi chơi, em ra ngoài có tí việc".

Lần đó nhà thơ Hoàng Vũ Thuật và nhà thơ Hoàng Hưng đi cùng nhau. Và như mọi cuộc gặp "người hay", ngồi lại bàn nước, tôi chỉ làm nhiệm vụ châm trà cho các ông nói chuyện. Dù nhà thơ Lê Huy Mậu có giới thiệu "Tôi là ai, là ai, là ai? Mà yêu quá đời này", thì chắc hai ông cũng chẳng biết tôi là cậu oắt nào. Tốt nhất ngồi im, hóng chuyện, tranh thủ lục lại trí nhớ xem mình đã đọc được gì của hai ông, nhắc đến hai ông thì "từ khóa" nổi lên sẽ là gì?

Cuộc chuyện ôm gọn giữa buổi sáng đến trưa, ấn tượng còn lại trong tôi, là nhà thơ Hoàng Vũ Thuật, người từng để cho "những bóng ma tự vuốt lấy mặt mình", câu thơ rờn rợn và chạm đến tận cùng nỗi đau trong chiến tranh, rằng thực tế chiến trường có khi không ai sống sót để làm cái việc vuốt mắt cho người chết, và nhà thơ Hoàng Hưng, ông Ngựa biển của đất cảng Hải Phòng, đồng thời là "chuyên gia" về thơ Apollinaire, đều là những người đau đáu với cái mới, đến sự chuyển động của thơ nói riêng, văn chương nói chung, và luôn cổ vũ người viết trẻ. Hai ông còn rất trẻ, trong lối nghĩ và năng lượng tỏa ra.

2.

Từ khóa của tôi về Hoàng Vũ Thuật là "trẻ trung", "đổi mới", "cách tân", là không chịu lẫn vào số đông, vào dàn đồng ca nào đó. Điều này trở thành máu thịt, bản chất con người ông, con người mà được/ bị hiện thực cuộc sống trui rèn, thử thách ngay từ những ngày nói chưa tròn vành rõ tiếng.

Vào những năm hai mươi tuổi tim đang dào dạt máu, Hoàng Vũ Thuật đến với thơ. Thời ấy, trong khi văn nghệ sĩ cả nước tiến lên theo ngọn cờ thơ "chân chân chân, thật thật thật" của Xuân Diệu, kiểu "Con kênh, con máng, con mương/ Ba con cùng chảy anh thương con nào?/ - Anh yêu sông cái lắm sao!/ Nhỏ to trăm thứ sông đào càng yêu!" hay "Hội nghị tỉnh, về họp trong làng/ Đài phát thanh về trên cây mít;/ Đêm tối rồi, người như chẳng biết/ Đèn điện treo nhà lá sáng choang" hay "Gió xuân về huyện Cẩm Khê/ Thì tôi cũng mến thương về Thanh Nga/ Sắn xanh quanh những ngôi nhà/ Long lanh lá mít, lòa xòa ngọn tre." trong tập Một khối hồng, thì chàng trai trẻ Hoàng Vũ Thuật đã bắt đầu nghĩ khác.

Ở trại viết năm 1970, Hoàng Vũ Thuật công bố bài thơ "nghĩ khác" kiểu thơ đồng phục, là Biển chiều, ngay lập tức được các trại viên "ban" cho những lời "thảo luận" điếng người."Con sóng chiều nay dìu dặt/ biển xanh hơn nhuộm/ những cánh buồm/ cưỡi sóng bay qua nghìn núi/ khỏa trắng mây trời (…) tiếng em cười rung cây súng trên vai/ lanh lảnh bay trong chiều vời vợi/ ráng đỏ lưng chừng in hình cá lội/ đâu tiếng gà xa gáy tận trời xanh." Các bậc đàn anh nói giữa lúc bom rơi đạn nổ, từ Quảng Bình đến Vĩnh Linh, Quảng Trị, đâu đâu cũng căng lên sẵn sàng dỡ nhà vá đường, tháo giường làm cầu thông xe chi viện chiến trường miền Nam. Một người làm việc bằng hai với các phong trào"Gió Đại Phong", "Sóng duyên hải", "Cờ ba nhất", "Phụ nữ ba đảm đang" còn hực hực đấy. Đại Phong là hợp tác xã của quê hương Lệ Thủy, Quảng Bình, vậy mà Hoàng Vũ Thuật lại mang tư tưởng tiểu tư sản vào thơ. Nào là những con cá cứ như vẽ, cánh buồm sao lại bay qua nghìn núi, tiếng gà chỉ có trên mặt đất, không thể "gáy tận trời xanh". Thơ thế là viễn vông, phi thực tế, mang ý niệm siêu hình. "Tiếng em cười rung cây súng trên vai" không "cứu" được những quy chụp trên. Ngày ấy, nhận định như thế là nặng nề, đồng nghĩa với tư tưởng dao động, bị kẻ xấu lợi dụng.

Ông kể, Biển chiều bị nhấn chìm, đành giấu luôn một bài thơ khác. Hơn 40 năm sau ông mới tìm được bản thảo và công bố Trái ổi chín sớm. "Một trái ổi chín sớm/ gửi hương đi khắp vườn/ bầy chim trẻ em/ đu trên cành nhẵn bóng/ hương ổi người chơi tìm trốn/ trong đám trẻ/ con tôi tìm ra trái ổi/ trái ổi chia đều qua các vành môi/ ở miệng con tôi/ viên bi của bom bi rơi xuống/ những giọt máu chân răng trộn cùng ổi chín/ đàn trẻ đứng nhìn nhau/ trái ổi ấy ở trong vườn chín sớm". Theo ông, bài này nếu công bố sẽ nặng nề hơn, bởi chiến tranh đã làm cho tuổi trẻ chín sớm và quá nhiều chết chóc, quá nhiều đau thương. Anh trai ông bặt tin từ ngày lên đường nhập ngũ. Mẹ ông đêm ngày ngóng trông. Đêm không yên giấc và ngày ngày ra quốc lộ xem xe thương binh từ chiến trường về, may ra có con mình.

3.

Xuất thân trong gia đình khá giả. Ông nội là người giàu có và hay chữ. Cha và chú là người học rộng. Nhưng số phận trêu ngươi Hoàng Vũ Thuật sớm quá. 2 tuổi đã mồ côi cha. 10 tuổi thì cải cách ruộng đất từ miền Bắc lan đến. Nhà ông bị quy địa chủ. Ruộng đất, nhà cửa, tài sản bị tịch thu. Cậu bé Hoàng Vũ Thuật lớn lên trong khó khăn và sự dè biu tẩy chay của bạn bè. Mọi đường ngang ngõ tắt vào đời bị bít lại. Không được thi đại học, trì trật mãi chính quyền mới đồng ý cho đi học lớp trung cấp sư phạm 10 + 2 để trở thành anh giáo. Rồi anh giáo trẻ ngã vào thơ. "Án văn chương" đã kể ở trên không làm chàng trai trẻ nản chí. Được một số nhà thơ tin cẩn giới thiệu, Hoàng Vũ Thuật có cơ hội đi học Trường Bồi dưỡng Những người Viết văn trẻ ở Quảng Bá, Hà Nội.

Vậy là năm 1973, thầy giáo 28 tuổi Hoàng Vũ Thuật đi ngược đường với Bà Huyện Thanh Quan thuở nào, "Qua đèo Ngang" ra Bắc, hội quân cùng các cây bút trẻ đã và sẽ nổi tiếng như Phạm Tiến Duật, Ma Văn Kháng, Lê Minh Khuê, Lê Thị Mây, Gia Dũng v.v... để thọ giáo những bậc thầy văn chương, là Nguyễn Tuân, Xuân Diệu, Huy Cận, Chế Lan Viên, Lưu Trọng Lư, Nguyên Hồng, Nguyễn Đình Thi, Tô Hoài, Nguyễn Công Hoan, Thế Lữ v.v...

Sau hai năm, từ Hà Nội trở về, Hoàng Vũ Thuật trưởng thành hơn rất nhiều. Tuy nhiên, ông vẫn đứng lớp giảng văn. Cho đến năm 1981 được điều động vào Huế làm biên tập viên NXB Thuận Hóa, cũng là năm ông tham gia cuộc thi thơ báo Văn nghệ để nhận giải với bài Cây nhạc ngựa năm 1982. Lúc này Huế là thủ phủ của tỉnh Bình Trị Thiên, không khí văn nghệ không thua gì Hà Nội, Sài Gòn, với những tên tuổi thành danh trong và sau chiến tranh như Trần Hoàn, Nguyễn Khoa Điềm, Hoàng Phủ Ngọc Tường, Trần Vàng Sao, Lâm Thị Mỹ

Dạ, Thái Ngọc San, Bửu Chỉ, Bửu Ý, Nguyễn Trọng Tạo, Nguyễn Quang Lập, Tô Nhuận Vỹ, Hồng Nhu, Nguyễn Khắc Phê, Lê Thị Mây, Nguyễn Khắc Thạch… Đây chính là thời kì văn nghệ Huế sôi nổi nhất, vượng khí nhất, sông Hương nhiều sóng và Ngự Bình lắm gió. Và Hoàng Vũ Thuật may mắn dự phần trong không khí này.

10 năm sau, không biết Bình Trị Thiên, Thiên Trị Bình hay Trị Bình Thiên, khép lại cảnh "khắc nhập khắc xuất", ai lại về nhà nấy, và nhà thơ Hoàng Vũ Thuật với vốn liếng 5 tập thơ, Những bông hoa trên cát, Thơ viết gửi mùa hạ, Gửi những ngọn sóng, Giàn bí đỏ và Thế giới bàn tay trái, cùng Giải thưởng văn học nghệ thuật Bình Trị Thiên (1976 - 1984) và Giải Bông Sen Trắng Bình Trị Thiên (1984 - 1988) trở về Đồng Hới, làm Chủ tịch Hội Văn học Nghệ thuật Quảng Bình.

Ở cương vị Chủ tịch Hội hơn 7 năm, đến 1998, Hoàng Vũ Thuật thành ông Hội đồng ở Hội đồng Nhân dân tỉnh cho đến ngày về hưu, năm 2006. Mọi người giật mình, đinh ninh ông bỏ thơ chạy lấy người. Thật ra không phải vậy. Ông Hội đồng gần dân vẫn đắm đuối thơ. Đám mây lơ lửng công bố năm 2000 tạo nhiều dư luận, rồi Tháp nghiêng nhận tặng thưởng của Hội Nhà văn Việt Nam năm 2004 minh chứng rõ ràng cho điều này. Nhà phê bình Đỗ Lai Thúy với bút danh Đỗ Nguyên Việt Tư nhận định trên Sông Hương: "Tác giả đã vượt qua sự sáo mòn nhàm chán rẽ vào một lối đi riêng để hình thành một phong cách mang phong vị riêng biệt, giàu năng lực biểu đạt, giàu tính nghệ thuật, gây ấn tượng rất mạnh đến tâm trạng đến hiểu biết, đến suy nghĩ, đến rung động từ trong sâu thẳm của người đọc. Đó là một thành công đã được khẳng định." Chưa kể, trước đó ông còn ghi tên mình ở hai giải thưởng thơ Báo Văn nghệ 1995 và Tạp chí Văn nghệ Quân đội 1999.

Hoàng Vũ Thuật là người vượt lên được tinh thần tỉnh lẻ để trở thành tác giả thật sự của văn đàn cả nước. Vượt qua thân phận bên lề, nếu nhìn ở góc độ địa lý – xã hội. Điều này, số người làm được không nhiều, trong đó có hai người ở ngay sát vĩ tuyến 17 là nhà văn Xuân Đức quê Vĩnh Linh, Quảng Trị và nhà thơ Hoàng Vũ Thuật ở Lệ Thủy, Quảng Bình. Nếu như Xuân Đức là Chủ tịch Hội Văn học Nghệ rồi Giám đốc Sở Văn hóa – Thông tin thì Hoàng Vũ Thuật Chủ tịch Hội Văn học Nghệ thuật rồi Phó ban Văn hóa – Xã hội của Hội đồng Nhân dân tỉnh.

4.

"Rồi con ra đi cùng tháng ngày lầm lũi/ Mẹ đứng giữa vườn như bóng mát chờ con/ Và tháng ngày cứ thế dày hơn/ Và cứ thế con vẫn là thơ dại." Thuở ban đầu thơ Hoàng Vũ Thuật từng đẫm đầy chất trữ tình dịu mát của phá Hạc Hải được bao bọc trong sự rắn rỏi của những động cát quê nhà. Những vần thơ dễ cảm. Cận nhân tình. Nhưng đường thơ Hoàng Vũ Thuật càng đi càng không phải dành cho số đông.

Thế mạnh và dấu chỉ nhận biết Hoàng Vũ Thuật là thơ tự do. Dẫu ông vẫn có những bài thơ lục bát, 5 chữ, 6 chữ hay 7 chữ, nhưng tỉ lệ vô cùng ít. Theo tôi, đấy là những bài thơ ở quãng nghỉ, để ông lấy hơi, để bước sâu hơn vào thế giới thơ tự do. Với triết lý, trừu tượng, lấp lánh tư tưởng và điệp trùng ngữ nghĩa. Cho nên, thơ Hoàng Vũ Thuật để đọc bằng mắt, thật tĩnh lòng, để suy tư, chứ không nên nghe bằng tai giữa ồn ào sân khấu. Không những thế, người đọc cũng phải nâng mình lên, cùng độ trải nhất định mới có thể thấu triệt, cảm nhận.

PGS.TS Hồ Thế Hà cho rằng: "Trong thơ Hoàng Vũ Thuật, câu chữ thường lưu vong trong thế giới siêu thực để hư vô hóa những hệ lụy và bất ổn của cuộc sống hiện tại (…) Với thơ, Hoàng Vũ Thuật mãi còn làm người nô lệ khuân vác chữ nghĩa đi trong hoàng hôn buồn bã, bình minh vui không phải chỉ cho mình mà chính là cho thi ca."

Không dừng ở sáng tác, Hoàng Vũ Thuật còn là người thường trực chiêm nghiệm, suy tư về thơ và nghiệp viết. Điều này chính là điểm yếu cốt tử của các cây bút nước nhà. Nhiều nhất ở các nhà thơ. Số đông bắt đầu bằng bản năng. Đi theo bản năng. Và khép lại nghiệp viết cũng bản năng, hụt hơi. Tài hoa phát tiết nhưng chết yểu, đoản nghiệp, vì không đầu tư nghĩ suy một cách nghiêm ngặn. Nếu có, chỉ dừng ở chém gió nơi bàn trà chiếu nhậu. Lời nói gió bay. Xong rồi thôi. Hoàng Vũ Thuật bước qua bản năng từ khá sớm. Nhờ không ngừng cật vấn bản thân. Ông có một số tiểu luận về thơ, về nghề đáng chú ý, như: Tự do sáng tạo và xu thế hội nhập, Thơ đa đoan và thân phận, Thơ – Cuộc chuyển đổi không ngưng nghỉ, Cội nguồn và hành trình của thơ hôm nay, Thơ không phải trò chơi lơ lửng. Tất cả được đóng gói trong tập Văn chương tìm và gặp. Với tôi, đây là cuốn tiểu luận, phê bình có dấu ấn. Để riêng một số bài viết có thể do cả nể, thù tạc hoặc vì… nhiệm vụ sang một bên, cuốn sách có nhiều bài viết về nghề và về thơ văn trẻ, cá nhân tôi học hỏi được nhiều điều.

5.

Kể ra đất Lệ Thủy quê Hoàng Vũ Thuật là nơi tinh hoa hội tụ. "Nhất Đồng Nai nhì hai huyện". Hai huyện ở đây là Lệ Thủy và Quảng Ninh. Lễ Thành Hầu Nguyễn Hữu Cảnh danh tướng Nhà Nguyễn có công lớn mở cõi phương Nam là người đất này. Dương Văn An, tác giả Ô Châu cận lục, bộ địa chí đầu tiên của Việt Nam, cũng là người đất này. Đại tướng Võ Nguyên Giáp, rồi phía bên kia là Ngô Đình Diệm cũng lớn lên bên dòng Kiến Giang, Lệ Thủy.

Nhà thơ Xuân Hoàng, Hoàng Vũ Thuật, Ngô Minh, Lâm Thị Mỹ Dạ… chính là những nhà thơ đương đại tiếp nối mạch nguồn tốt đẹp của quê hương. Không dừng lại ở đó, Hoàng Vũ Thuật còn di - truyền - chữ qua ái nữ Hoàng Thụy Anh, một giọng phê bình nữ trẻ trung, nhiệt huyết, có dấu ấn và thành tựu so với thế hệ của mình. Cha truyền con nối, hổ phụ sinh hổ tử. Hoàng Vũ Thuật – Hoàng Thụy Anh là một trong không nhiều cha/mẹ - con cùng bước đi trên đường văn hiện nay.

Sau lần gặp ở Vũng Tàu, hơn một lần tôi ngồi cà phê, lai rai với nhà thơ Hoàng Vũ Thuật, nhà phê bình Hoàng Thụy Anh bên cửa sông Nhật Lệ và bờ biển Nhật Lệ. Lần nào câu chuyện cũng xoáy quanh con chữ.

Giờ đây, ở tuổi 74, dẫu đã vướng vài lần tai biến, nhưng nhà thơ Hoàng Vũ Thuật vẫn chưa chịu "xả vai", buông bút. Ông chuẩn bị cho ra mắt tập thơ Một mai gió chở tôi về. Nghe tựa, tôi chợt nghĩ, ông còn đi nữa chứ đâu đã về. Với nghĩa đen là giày thể thao, quần jean trẻ trung lúc Sài Gòn, khi Hà Nội, khi Đà Nẵng… Cái dáng lành lành ấy vẫn đi về như con thoi. Vẫn gặp gỡ bạn văn. Và vẫn chịu ngồi với những người viết trẻ. Với nghĩa bóng là còn đi cùng chữ, để chạm đến chính mình bằng sự hòa quyện, ngân rung của lý trí, xúc cảm và ngôn từ.

Vậy tuổi này rồi, điều gì làm cho ông đau khổ nhất? Ông nói, là thơ. "Với tôi, hầu như tất cả những bài thơ viết ra đều xuất phát từ một chuyện buồn, một sự cô đơn, vật vã. Ngay những bài thơ gọi là có tính xã hội hoành tráng, nó cũng được gọi lên sau bao nỗi dâu bể, trầm cảm. Câu thơ vui cũng hình thành từ nước mắt."

Sài Gòn, 17/6/2019
Văn Thành Lê

HOÀNG VŨ THUẬT
NGƯỜI ĐO THỜI GIAN BẰNG TÓC

TS. Mai Bá Ấn

Phải xin nói ngay rằng, với thơ Hoàng Vũ Thuật, giải mã "ẩn ngữ" một câu, một đoạn, một bài đã là chuyện khó. Giải mã một tập thơ để tìm "vệt đi đồng sáng tạo" lại càng khó hơn. Và tất nhiên, giải mã một đời thơ anh để tìm thi pháp tác giả cũng không hề là chuyện dễ dàng. Nhà thơ Thanh Thảo từng nói: Thơ "mãi mãi là bí mật". Cái khó khăn khi đọc thơ Hoàng Vũ Thuật chính là ở đó! Cái hấp dẫn của thơ anh cũng chính là ở đó! Nó mãi mãi "vẫy gọi" người đọc hướng về phía mông lung của chữ nghĩa, nhiều lúc dễ làm người ta "quáng gà", bất lực trước ma lực. Hơn cả những "khối vuông ru-bic", tôi hình dung mỗi bài thơ anh như một cấu trúc đèn led hiện đại, nó tỏa ra muôn màu huyền ảo, đan xen sáng tối, đan xen sắc màu, trùng trùng những vùng tưởng tượng… Cứ như một con kỳ nhông biến sắc, lúc gặp sắc nghĩa này, hốt nhiên lại hiện trước mắt một sắc nghĩa kia, nghĩa thực - nghĩa ảo, nghĩa cụ thể - nghĩa mông lung, nghĩa phái sinh nghĩa, hình ảnh đan xen, nối tiếp hình ảnh...

"Một mai gió chở tôi về" của Hoàng Vũ Thuật đa dạng về nội dung, mỗi nội dung lại đa nghĩa, đa tầng, luôn gọi mời người đọc. Đó chính là sức gợi của lý thuyết liên văn bản (intertextuality) mà mỗi bài thơ tự mở ra. Từ dòng sữa của ca dao - dân ca: dòng sữa ngọt vành môi sinh nở/ cánh cò vẽ khung trời bình yên/ từ tay chị bước ra (Dòng phấn trắng) đến truyền thống cha ông "Đầu Mâu vi bút, Hạc Hải vi nghiên", cọc gỗ Bạch Đằng, sang hoang đường cổ tích: tôi đã gặp chú gấu thò ra trong cổ tích/ chùm chìa khóa rơi vào chốn hoang đường (Cơn ghen của bầu trời)..., rồi mênh mông buồn tràn qua tiền chiến với Lưu Trọng Lư ngơ ngác nai vàng và nhạc hậu chiến một thời bế tắc của Trịnh Công Sơn: rừng xưa đã khép lá xưa đã úa/ tiếng nai hay/ tiếng người/ lửa muốn bén vào thu (Nai vàng)… Không dừng lại ở đó, thơ anh còn như con sóng lan tỏa sang cả những liên văn bản của văn học thế giới như Quách Mạt Nhược, Victo Huygo, Sếch xpia, Drunvalo Melchizedek, Eptusenko, Pautopxki và đến cả bức ảnh bác sĩ trẻ Piter, người Cu Ba, lấy đầu bịt họng súng…

Trong thơ Hoàng Vũ Thuật có cả Phật từ bi - hỉ xả - trọng tình, u u tiếng kệ lời kinh vang xen trong tán lá bồ đề thâm mật: ta muốn quay ngược đài hoa/ tìm mùi thiền/ cửa từ bi rộng mở/ những cánh thơm ứa mật (Ý nghĩ ngược), có cả Chúa nhân từ - đầy quyền lực với thánh đường vút nhọn tháp chuông, với những khung cửa mơ màng: trái tim vắng thánh đường sau hồi chuông vỡ/ vết mực loang trên tà áo trắng/ có gì vẹn nguyên/ có gì dừng lại (Nghịch lý); trong hoàng hôn cuộc đời gãy cánh/ hai tay đóng đinh trên thập giá của mình (Người hành khất)… Nhưng dẫu là Chúa hay Phật thì thơ Hoàng Vũ Thuật vẫn quy về một cõi Thiện, cõi Thiền với triết lý và tư tưởng nhân văn cao rộng: tôi thức giấc sau niềm hạnh phúc/ câu kinh hay câu thơ/ thanh/ trong/ hoa có thì/ nở trên trang sách bàn tay (Những ghi chép cần thiết). Dù sinh trưởng trên vùng đất Quảng Bình, thơ Hoàng Vũ Thuật vẫn ngợp một sắc "cỏ xanh" chống chọi cùng gió cát: tôi ôm hoa/ hướng về những mũi tên tẩm thuốc/ của linh hồn mục rữa/ kẻ ganh tị bắn vào tình yêu/ tôi nghe lá rụng rơi/ trên thảm cỏ/ hàng cây rung sau lần tróc vỏ (Rừng sao không tắt), theo nhịp ca của tiếng dế giun: ý nghĩ đứng bên nhau thánh thiện/ ngân khúc ca của loài giun dế (Ý nghĩ ngược) cùng những "sợi chỉ khâu" vá víu cuộc đời: câu thơ dài như sợi chỉ khâu áng mây vỡ/ sau vòm cao chiều muộn (Biến tấu)... Có những "chiếc mỏ neo" neo thơ vào cuộc sống: câu thơ dở dang neo trên giấy trắng/ áng mây hay cánh buồm trôi/ mắt em ngấn sóng (Ngấn sóng), có anh... như một "mặt trời cô độc" đợi bên sông: những buổi chiều những buổi chiều buồn/ mình anh qua đây/ nhịp cầu nối nhau dằng dặc/ bóng trôi/ lạc/ lỏng/ giữa dòng/ mặt trời cô độc đứng đợi bên sông (Mặt trời cô độc)... Có những "hoài nghi thân phận", đôi khi dù anh là nhà thơ hay tên trộm/ không thoát khỏi tiềm ẩn các nguy cơ/ muốn mình là mình/ cũng không được (Mặc định). Nhiều lúc thấy con người cứ lạc lỏng, bơ vơ trước dòng trôi thời gian, dù mình là hiện hữu của tiền thân "bốn nghìn năm trước" hay trở thành hậu thân là "kẻ khác" của "bốn nghìn năm sau": nhiều khi ngỡ mình đã biến khỏi bốn nghìn năm trước/ thành kẻ khác bốn nghìn năm sau (Thượng đế). Và thân phận của kiếp người đang "cuống cuồng", "thảng thốt" bất an giữa "cuộc đời cứ mong manh trôi nổi": rồi em cuống cuồng chợt nhớ chợt quên/ thảng thốt như căn nhà bốc cháy/ ngày ấy giờ ấy năm ấy/ cuồn cuộn sôi từng đợt sóng chẳng dừng/ sao cuộc đời cứ mong manh trôi nổi/ em hay là lá cuối thu đây (Cuộc đời cứ mong manh trôi nổi). Môi trường sinh thái tự nhiên đang ngày càng bị con người tàn phá một cách chẳng tiếc thương:

Liệu mùa thu có phẫn nộ và cho rằng: con người sao ngớ ngẩn dám đem mình để sánh với thiên nhiên, với cả vũ trụ sinh thành, cô kết.

Đã rất lâu, rất lâu tôi muốn ngỏ với thiên nhiên huyền diệu ấy. Tôi tin sự huyền diệu của thiên nhiên sẽ hiểu tôi một cách lặng lẽ, tường tận, mà giác quan người đời không tài nào cảm nổi

(Mùa thu ơi)

Chính vì thế, không gian nghệ thuật thơ Hoàng Vũ Thuật thường từ cụ thể với gió cát hằng ngày rồi theo gió bay về phía mênh mông, vô cùng của vũ trụ. Thời gian nghệ thuật cũng mở ra đến vô hạn lượng; từ hiện tại, ngược về quá khứ, hướng thẳng đến tương lai những mấy nghìn năm: một buổi sáng cuối năm 3017 ông được hồi sinh/ khi tạo hóa muốn cho ông làm người (Hồi sinh)...

*

68 bài thơ trong tập "Một mai gió chở tôi về" hiển hiện phận số mong manh, tuyệt cùng của kiếp người trước dòng trôi bất tận, bàng bạc thi ảnh những sợi tóc bay theo con gió vô thường. Cơ hồ như Hoàng Vũ Thuật đang đo không gian, đếm thời gian bằng tóc. Vì thời gian và không gian luôn là một cặp song trùng.

Đó là thời gian tràn đầy "sự sống" với những "nụ biếc" bật dậy vào "mỗi ban mai". Nhưng "sự sống" thực tại không chỉ của thực tại mà còn được thi sĩ nối về tận thế kỷ xa xưa, lúc "thằng gù nhà thờ Đức Bà Pari" "nặng nhọc hồi chuông nhà thờ nguyện". Ban mai của nụ biếc hôm nay bật lên "sự sống" hay chính hồi chuông của thế kỷ xa xưa làm "run rẩy sợi tóc" thời gian!

anh tin em mỗi ban mai bật thêm nụ biếc
run rẩy sợi tóc
hồi chuông nhà thờ nguyện
Quasimodo

nặng nhọc
kéo
thế kỷ trước

(Sự sống)

Nhà thơ như đang đếm bước mình trong một không gian hẹp quanh khu phố, con đường dẫn đến "nhà em". Nhưng không! Đâu chỉ có không gian dãy phố mà Hoàng Vũ Thuật còn mở rộng các chiều kích của không gian và xen kết không gian thực với không gian ảo:

hết dãy phố này là nhà em
hết mặt trời này là vòng xoay của trí tưởng tượng
hết mái tóc này là ngọn đồi bạch dương
trong rừng có loài linh điểu

(Trí tưởng tượng)

Trong không-gian-tóc-em có một con chim cụ thể đang hót hay chính là con-chim-thời-gian mãi hót! Có lẽ là cả hai, vì tiếng chim hót ấy "sẽ khôi phục ánh sáng ngày rút từ đêm xõa trắng" để rồi cả Đại vũ trụ (mặt trời) thu về trong Tiểu vũ trụ (mắt em). Và cái Dasien thời gian "nhận ra tôi" hiện lên đầy bí ẩn trong sat-na chỉ "một búng tay", chỉ trên không gian hẹp của "chiếc gai nhọn" cũng đủ mở ra cả một cuộc hành trình:

có một con chim trên tóc em vẫn hót
mặt trời khôi phục ánh sáng ngày
rút từ đêm xõa trắng
mặt trời trong mắt em bừng thức
bấy giờ mới nhận ra tôi cùng cái bí ẩn từ một búng tay
em nói cuộc chạy trốn trên những chiếc gai nhọn
đã kết thúc

(Sự nhầm lẫn của người đãng trí)

"Tóc em" hẳn còn xanh trong "ánh sáng ngày", nhưng "ánh sáng ngày" lại là kết quả "rút từ đêm xõa trắng". Hoàng Vũ Thuật đã đem cái cụ thể đang hiện tồn để đo đếm những dự phóng trùng trùng vô lượng, vô biên. Âm âm trong ta ý tưởng của M.Heidegger: "Con người không sống trong không gian và cũng không sinh hoạt trong không gian mà chính đời sống sinh hoạt của Dasein (cái đang hiện hữu/hiện thể) đã phát sinh ra không gian và thời gian. Nó phát sinh ra không gian, bởi những ý niệm căn bản nhất của không gian, như trước - sau, trong - ngoài, v.v.. đều xuất phát từ con người và nếu không có con người là trung tâm với những ý niệm thì tất cả những khái niệm không gian và thời gian đều mơ hồ, nếu không muốn nói là vô nghĩa" (Trích theo Nguyễn Lê Thạch, Tồn tại và thời gian, doc.edu.vn). Theo triết lý Âm Dương Ngũ Hành của phương Đông, con người là một Tiểu vũ trụ (trung tâm vũ trụ), cho nên con người thường lấy Tiểu vũ trụ (mình) để đo không gian (lấy thốn ngón tay mà đo) và đếm thời gian (lấy đốt ngón tay mà đếm) Đại vũ trụ. Sự gặp gỡ Đông - Tây trong thơ Hoàng Vũ Thuật chính là như thế! Đơn vị nhỏ nhất người xưa dùng để đo đếm không gian, thời gian chính là đốt ngón tay (thốn), đến thời hiện đại, Hoàng Vũ Thuật đã rút về chỉ còn là sợi tóc.

Đọc thơ Hoàng Vũ Thuật, ta luôn bắt gặp những ngọn gió không gian bay qua, những cánh chim thời gian chao trên mái tóc giữa Dasein đang hiện hữu (em đã đến) để nói "nghìn kiếp trước cho nghìn kiếp sau":

em đã đến
rất có thể em sẽ vuốt tóc anh như gió vuốt nhọn những cánh chim
về miền cô tịch
ta lại chuyền hơi ấm của nghìn kiếp trước
cho nghìn kiếp sau

nói lời tiễn biệt
bây giờ mọi thứ không còn ý nghĩa

(Phiến hoa hồng trầm cảm)

Chỉ ba câu thơ dưới đây thôi, đã cho ta cái cảm giác ngẩn ngơ giữa một không gian Hà Nội bao la và cả thời gian hơn một nghìn năm Thăng Long - Hà Nội, một không gian đầy hoa sữa đang hiện hữu và tỏa hương qua cái sat-na cụ thể "vốc ngụm hương thả vào mái tóc" của phút yêu đương "ngày ấy":

vốc ngụm hương thả vào mái tóc ngày ấy
Hà Nội chờ ai
sao hoa cứ thơm nồng

(Hoa sữa đầu mùa)

Đọc đến câu thơ: "những con thằn lằn chui vào tóc", nhiều người sẽ không khỏi buột miệng cười hoặc thốt lên "thơ với thẩn". Vì "con thằn lằn" chui vào tóc chỉ khiến con người ta giật mình hoảng sợ, vì nhà thơ đã đem cái thô thiển, quái dị "chui vào" cái đẹp biểu trưng. Đúng là đáng giật mình. Nhưng ta đang giật mình vì chợt ngộ ra rằng, cái tiếng Thạch sùng (Thằn lằn) chắc lưỡi trong không-gian-đêm trên mái nhà ta đang ngủ chính là chiếc-đồng-hồ-đo-đếm-thời-gian cả một kiếp người. "Khoảnh khắc mặt trời tô son lên môi" (người đẹp đang trang điểm!), "từng sợi tóc ướt" mỏng manh, bé nhỏ kia đã mở ra cả không-gian-thế-giới mênh mông "đổ về cánh rừng nước Ý" làm "tan chảy" lòng người, "cứu rỗi" đời người trước những cái đẹp của thời-gian-cổ-xưa:

những con thằn lằn chui vào tóc
trong khoảnh khắc mặt trời tô son lên môi
từng sợi tóc ướt
đổ về cánh rừng nước Ý
mọi thứ khởi đầu nhẹ nhàng của hơi thở

sự lặng im cứu rỗi
tan chảy

(Nơi bức tường cổ xưa)

Sợi tóc là một hình ảnh cụ thể, mỏng manh. Người ta thường nói: ranh giới giữa những cái tưởng chừng đối lập chỉ cách nhau một sợi tóc. Dừng lại là thiện, vượt qua là ác. Hoàng Vũ Thuật lại đo thời gian vô lượng kia bằng sợi tóc mong manh thì quả là thơ anh cứ phơ phất, mong manh như gió, vẩn vơ như mây bay, bất định giữa trời: không ai theo hết/ những áng mây đang bay/ những con đường chưa tới/ lặn tận đáy hố đen sâu thẳm/ nhưng anh tin chẳng hố đen nào hút được/ khi anh từ đó bơi ra (Phục hưng). Anh hiểu cụ thể từng bước đi của thời gian khi "đồng hành với nó". Nhưng khi "anh đã vượt lên bỏ lại phía sau những sợi rụng", anh vẫn biết "thời gian không chết", vẫn "trẻ trung như gió" và nhận thấy gương mặt nó rất hiền:

đang đo thời gian bằng tóc
anh hiểu bước chân thời gian
khi anh đồng hành với nó
khi anh vượt lên bỏ lại phía sau những sợi rụng...
... nhưng thời gian không chết
trẻ trung như gió như ánh sáng dịu dàng
thời gian mải miết một chiều
anh nhận ra thời gian với gương mặt rất hiền
chẳng khác gì đàn bướm trắng.

(Thời gian)

Nghĩa là cái Dasien hiện có của thời gian luôn được nhà thơ nắm bắt, để từ đó nghiệm ra ý nghĩa thời gian. Xưa nay có mấy ai nhìn được gương mặt thời gian, nhưng với Hoàng Vũ Thuật, gương mặt ấy hiện hiện rất rõ ràng như "một đàn bướm trắng" đang bay giữa không gian vườn xuân - vườn của cuộc đời. Thời gian nghệ thuật của thơ Hoàng Vũ Thuật luôn luôn gắn chặt với không gian. Khi anh nói "giết thời gian bằng tóc" đưa ta đến cảm giác nhận diện của màu (từ xanh sang bạc), nhưng khi anh ném sợi tóc kia vào "khoảng không ngu ngốc" thì "không gian ngu ngốc" lại hòa trộn với "thời gian đương thì" (cái hiện hữu) và nối cả với "thời gian thao thức" (cái khả hữu):

họ cho anh ác độc giết thời gian bằng tóc
ném vào khoảng không ngu ngốc
ném vào thời gian đương thì
hay lúc thời gian thao thức
đếm từng ngọn đèn vàng trong khuya

(Thời gian)

M. Heidegger quan niệm: Để đạt được cái khả hữu, con người phải tự vượt qua hiện hữu của chính mình; tự bỏ lại cái hiện nay của mình để vươn tới một hiện hữu ẩn hiện trước mắt - khả hữu (sein-koennen, pouvoir-être). Hoàng Vũ Thuật đã "dự phóng" (project) về sự hiện-sinh-đích-thực-phía-trước, nên khi "thảng thốt" nhận ra "thêm một sợi tóc cuối chiều" rơi xuống, anh không bế tắc, chán chường mà "kiêu hãnh nhặt lên như một chiến tích" của chính mình:

thêm sợi tóc cuối chiều thảng thốt rơi
tôi kiêu hãnh
nhặt lên
như chiến tích

(Chiến tích)

Viết về người thân (cha, mẹ...), thơ ca Việt thông thường miêu tả họ là những người nông dân chân thật, cần cù, chịu thương chịu khó một cách giản dị, đơn nghĩa. Nhưng với Hoàng Vũ Thuật thì không. Cái Dasien "cha vội vã ra đi rời khỏi ngôi-nhà-nước-mắt khi con mới lên hai" đã ám ảnh nhà thơ suốt mấy chục năm trời, vì thế anh cảm nhận về cha một cách khái quát hơn bằng những biểu trưng để ai cũng nhận ra rằng, dù đã rời xa trần thế bấy nhiêu năm, cha vẫn đang hằng ngày dìu từng bước anh đi, nâng cánh cho anh bay vượt qua muôn trùng "núi đồi", "mây bạc", vươn đến những "vì sao lấp lánh" và nhận ra những chân lý trên đời cho dù anh "không thể hình dung ra gương mặt" người cha ấy:

không thể hình dung ra gương mặt cha
người mang tình yêu vĩnh hằng giáng thế
con có thể ngắm cha qua dải ngân hà
qua tinh thể cát
nâng đôi bàn chân
lớn khôn

(Phụ bản cát)

Và chính cha chứ không phải đấng tối cao nào khác đã "lấy hai cánh tay" trần thế của mình "cắm xuống bão giông" "cho con đứng thẳng" làm người. Chính cha là Thiên-Chúa-Trần-Gian đóng đinh trên "cây thập giá" nâng đỡ cả cuộc đời con:

cây thập giá mọc từ hai cánh tay
như ngọn sào cắm xuống bão giông
cát cho con đứng thẳng
trong ánh sáng thiên thần thiêng liêng

(Phụ bản cát)

Rồi cái phút giây "những bức ảnh lưu trong trí nhớ", trong không gian "bầu trời dày sương", qua thời gian đã "phủ lớp bụi mờ" giữa dòng đời "tứ phía xoay tròn" đầy biến động lại là cái vĩnh viễn hiện tồn: "bức ảnh vẫn đứng yên, lóe sáng từng tia chớp dán trên tường xanh bầu trời" cho dù những bức ảnh ấy không biết "bây giờ đang ở đâu" trước "mùa đã chuyển, ngày đã mới":

những bức ảnh biết nói
bây giờ đang ở đâu
ở đâu
mùa đã chuyển
ngày đã mới
anh vẫn hình dung bức ảnh đứng yên
anh vẫn thấy bức ảnh lóe sáng từng tia chớp
dán lên tường xanh bầu trời

(Những bức ảnh lưu trong trí nhớ)

Vì vậy, trong sáng tạo thơ ca, anh luôn xuất phát từ "một cái cây ra đi" chẳng biết "phương trời nào đón nhận" (Hoài nghi: tồn tại hay không tồn tại?) cho đến lúc "ánh nắng làm thước kẻ dòng… trên tấm ván cùng những trang phác thảo" hình thành. Anh đi từ sơ khai "thứ ngôn ngữ nằm im mang dáng bào thai" đến "âm tiết đầu tiên là tiếng khóc chào đời" giữa "cuồng phong hoang dã", đến "dấu chấm hết" rồi "dấu chấm nữa" (…) để hình thành bài thơ "ký thác cuộc đời":

một cái cây ra đi
phương trời nào đón nhận
làm sao biết được số phận mình
tồn tại & không tồn tại

đứa con tưởng tượng tôi ơi
thứ ngôn ngữ nằm im trong bào thai của mẹ
âm tiết đầu tiên
là tiếng khóc chào đời
đã ngập chìm cơn cuồng phong hoang dã

dấu chấm hết rồi tiếp dấu chấm nữa
ánh nắng làm thước kẻ dòng
tôi ký thác cuộc đời
trên tấm ván cùng những trang phác thảo

(Chiến tích)

Anh đã đi từ hiện-sinh-không-đích-thực ("tồn tại & không tồn tại") đến cái hiện-sinh-đích-thực-phía-trước khi sáng tạo những bài thơ "ký thác cuộc đời". Nhưng "chiến tích" đâu chỉ dừng ở "tấm ván những trang phác thảo" ấy? Khi thấy "một cái cây ra đi" để hình thành nên "tấm ván cùng những trang phác thảo", những tưởng nhà thơ đã đặt "dấu chấm hết" ở đó rồi. Nhưng không, anh lại thêm dấu "chấm nữa" (…) trên "những phác thảo trên tấm ván" kia để "một mai tôi sẽ là cây" với những rễ cây như "mười ngón chân đi xuyên lòng đất", như "chú dế mèn" hát ca nhiều cung bậc, như "kỳ nhông" đổi sắc và tạo nghĩa mới cho "loài sâu đêm cùng mở hội phong cầm":

một mai tôi sẽ là cây
mười ngón chân đi xuyên lòng đất
hệt chú dế mèn
đám kỳ nhông mùa nắng đổ
loài sâu đêm đêm mở hội phong cầm

(Chiến tích)

Hiện hữu của anh là "em", nhưng "cuối con đường" hiện hữu của hai ta thì "dòng sông" là khả hữu, khả hữu của "dòng sông" là "cánh rừng", khả hữu của "cánh rừng" lại là "chập chùng núi biếc", khả hữu của "cuối con đường trước anh và em có hai người thao thức - hai dãy ngân hà loáng thoáng vừa lên":

nhưng với anh em là hiện hữu
như cuối con đường sẽ gặp dòng sông
như qua sông sẽ gặp cánh rừng
như hết cánh rừng chập chùng núi biếc
như cuối con đường trước anh và em có hai người thao thức
hai dải ngân hà loáng thoáng vừa lên

(Cuối con đường)

Và cuối cùng, cái khả hữu chính là sự bất tử của một tình yêu vĩnh cửu:

em phủ lên người anh mái tóc thơm mượt óng
hóa thành đất ấm
đắp cao nấm mồ tình yêu

(Cuối con đường)

Ta có cảm giác, thơ Hoàng Vũ Thuật cứ sau "dấu chấm hết" là "dấu chấm nữa" (…). Đây chính là những đường-bay-nghệ-thuật độc đáo của thi pháp Hoàng Vũ Thuật khiến cho bài thơ mọc cánh (dự phóng) cùng "bay như lũ bướm ven hồ" về một hiện-sinh-đích-thực-phía-trước:

nơi em vẫn ngồi cùng câu thơ mọc cánh
chúng bay như lũ bướm quanh hồ
em đã đọc lúc vắng anh
giữa bầu trời lạnh buốt

(Giả sử)

*

Cũng như các tập thơ khá nổi tiếng trước đó của anh, còn rất nhiều chuyện để nói về "Một mai gió chở tôi về", nhưng thôi, sức người có hạn, tôi thành thực thưa rằng: những cảm nhận của tôi trong lời giới thiệu này cũng chỉ là một sat-na biến sắc của con kỳ nhông thơ đa dạng Hoàng Vũ Thuật mà thôi. Không biết trong những người "bạn" mà Hoàng Vũ Thuật "biết… đã tìm ra chân trời" là "cái đường viền cô đơn níu lòng người ở lại" ấy, có sự hiện diện của người viết bài này hay không? Nhưng không sao! Vì theo anh: Có những điều ta "không thể viết ra bằng chữ":

Không thể viết ra bằng chữ
ý tưởng trong những áng mây khi thấy khi không

chập chờn giấc ngủ muộn
những hòn sỏi trắng
nhặt lên
&
ném

nhưng tôi biết bạn đã tìm ra chân trời
cái đường viền cô đơn
níu lòng mình ở lại
(Có thể là một bài thơ)

Thơ là sản phẩm của sự tột cùng đơn độc của nhà thơ, nhưng cũng chính thơ đã giúp con người "tìm ra chân trời" và "níu lòng người ở lại". Xin cảm ơn thơ, cảm ơn Hoàng Vũ Thuật. Và vui mừng giới thiệu tập thơ "Một mai gió chở tôi về" cùng bạn đọc gần xa...

Làng Yên Phú, Quảng Ngãi, Hạ 2019
TS. Mai Bá Ấn

MỤC LỤC

- *Phần thứ nhất:* **TÁC PHẨM**

1. Nét hoa văn mang hình ngọn lửa	6
2. Những vì sao dịu mát	8
3. Cây nhạc ngựa	10
4. Đọc trên vỏ bao thuốc lá	12
5. Cây dừa trên mũi đất Cửa Tùng	14
6. Tháp nghiêng	16
7. Những hòn bi trẻ thơ	18
8. Người ấy	20
9. Số một	22
10. Tình yêu	24
11. Cuộc cờ	26
12. Tự do	28
13. Đọc Kafka	29
14. Hoa vỡ	30
15. Lỗ thủng	31
16. Phác thảo	32
17. Ba giờ chiều tháng giêng ngày mười	33
18. Bức tường 1	34
19. Bức tường 2	35
20. Ảo giác	36
21. Họa sĩ trong công viên Kuntura	37
21. Viết dưới tượng Exênhin	38
23. Người Digan	40
24. Cái chết	41
25. Điều ấy có ý nghĩa gì	42
26. Xanh Pê téc bua	44
27. Hoàng an	46
28. Đêm Xuân Sách	48
29. Màu	49
30. Thế giới và tôi	50
31. Người điên	51
32. Bóng tối diệu kỳ	52
33. Ý nghĩ vụt hiện	54
34. Ngày về	56
35. Lăng tẩm	57
36. Vô thức	58
37. Chân dung	60
38. Vô cư	62
39. Trưa lệch phai	63
40. Lập thể	64
42. Họa sĩ	65
41. K	66
43. Dung	68
44. Nghiệm	69
45. Anh đợi	70
46. Bài thơ ban mai	72

47. Chiếc ghế bỏ trống	80
48. Cầu Mirabeau	82
49. Trước nhà thờ Paris	83
50. Thằng cu đái	84
51. Cuống rốn	86
52. Bóng và anh	88
53. Ngày mới	90
54. Ly	92
55. Bên tượng Linga	93
56. Bài thơ chưa viết	94
57. Mùi	96
58. Mặt trời anh đào	97
59. Chú sóc nhỏ của tôi	98
60. Janet	100
61. Bức tường kỷ niệm chiến tranh ở Washington	101
62. Họ đi cho đến nghìn sau	102
63. Vầng trăng hiền thục	103
64. Văn bản thi thể	104
65. Trà đạo	106
66. Cây trần gian	108
67. Tất cả không ở đây	109
68. Kiếp hoa	110
69. Ngọc bích	112
70. Thèm nghe được tiếng người	114
71. Tôi muốn nói bằng tiếng nói Tổ quốc tôi	116
72. Bức tranh mùa đông	120
73. Chiếc lá cuối mùa	122
74. Vết son và ly rượu thánh	124
75. Vầng trăng đôi	126
76. Những câu thơ của tôi	128
77. Nửa anh và nửa em	130
78. Đảo một mình	132
79. Đám tang của biển	134
80. Thế giới bàn tay trái	136
81. Que diêm ngắn ngủi	137
82. Chuyện của nghìn năm trước	138
83. Biển đêm	140
84. Những chiếc đinh nhỏ xíu	142
85. Sự nổi loạn của xác chết	144
86. Đêm huyền vi	146
87. Dưới ánh sáng của đôi hàng nến	148
88. Thế giới của những giọt nước mắt	150
89. Viết lên mặt sóng	152
90. Hồi sinh	154
91. Trí tưởng tượng	156
92. Sự nhầm lẫn của người đăng trí	158
93. Phiến hoa hồng trầm cảm	160
94. Thượng đế	162
95. Hạt sao băng qua cánh đồng khô	164
96. Phụ bản cát	166

97. Nói với họng súng	168
98. Hỡi các vị quan tòa	170
99. Những ghi chép cần thiết	171
100. Cuộc đời cứ mệnh mông trôi nổi	172
101. Nai vàng	174
102. Những bức ảnh lưu trong trí nhớ	176
103. Dự cảm	178
104. Tượng đài	179
105. Trang sách Pau	180
106. Hoa sữa đầu mùa	181
107. Không và có	182
108. Rừng sao không tắt	184
109. Bong bóng	186
110. Bi kịch hăm lét	187
111. Năm mươi năm sau	188
112. Cuối con đường	190
113. Sự xảo trá ngự trị lên mỗi sợi tóc trắng	192
114. Mùa thu đêm	194
115. Rơi	196
116. Sơn Đoòng	197
117. Gửi K	198
118. Đà Lạt với Bùi Minh Quốc	200
119. Chiếc ghế và chú gấu bông	201
120. Hai bốn giờ của tôi	202
121. Thép không gỉ	204
122. Walt Whitman – tôi đã gặp ông	206
123. Tấm thảm đá	208
124. Chuyện ở phòng tranh	210
125. Hoài niệm	212
126. Lạc lõng	213
127. Tôi là ai	214
128. Cát thở	215
129. Bông hồng đen	216
130. Tản mạn về những cái chết	218
131. Mùa thu ơi	220

- Phần thứ hai: **DƯ LUẬN**

• TS. Đỗ Nguyễn Việt Tư	224
• TS. Trần Quang Đạo	234
• Hoàng Đăng Khoa	244
• Hoàng Thụy Anh	249
• Thái Doãn Hiểu	263
• Hà Quảng	275
• PGS, TS. Hồ Thế Hà	283
• PGS, TS. Nguyễn Thái Hà	297
• TS. Trần Hoài Anh	307
• Yến Thanh	315
• TS. Mai Liên Giang	325
• Văn Thành Lê	341
• TS. Mai Bá Ấn	349

Liên lạc Tác giả
Hoàng Vũ Thuật
hoangvuthuat49@gmail.com

Liên lạc Nhà xuất bản
Nhân Ảnh
han.le3359@gmail.com
(408) 722-5626

www.ingramcontent.com/pod-product-compliance
Lightning Source LLC
Chambersburg PA
CBHW060349080526
44583CB00012B/235